अशोक कुमार

खाकीतील माणूस

-: अनुवाद :-

गणेश रामदासी

डायमंड बुक्स

प्रकाशक :

डायमंड पॉकेट बुक्स प्रा.लि.

X-30, ओखला इंडस्ट्रियल एरिया, फेज-II, नई दिल्ली-110020

फोन : 011-40712200

ई-मेल : sales@dpb.in

वेबसाइट : www.diamondbook.in

Khaki Mein Insan (Marathi)

By *Ashok Kumar, Lokesh Ohri*

खाकीतील माणूस

अशोक कुमार

जन्म : नोव्हेंबर १९६४ मध्ये हरियाणातील पानिपत जिल्ह्यातील कुराना गावी.

शिक्षण : प्राथमिक शिक्षण गावातील सरकारी शाळेत पूर्ण झाले. आय.आय.टी दिल्ली या प्रतिष्ठित संस्थेतून त्यांनी बी. टेक आणि एम. टेक. चे उच्च शिक्षण घेतले

१९८९ साली भारतीय पोलिस सेवेत (आयपीएस) दाखल. दोन दशकाच्या सेवा काळात अलहाबाद, अलीगढ, रूद्रपूर, चमोली, हरिद्वार, शाहजहॉपूर, मैनपुरी, रामपूर, मथुरा, पोलिस मुख्यालय, डेहराडून, गढवाल विभाग या ठिकाणी पोलीस महानिरीक्षक म्हणून काम पाहिले आहे. वर्ष २०१० साली केंद्रिय राखीव पोलीस दलात पोलीस उपमहानिरीक्षक म्हणून प्रतिनियुक्तीवर गेले.

त्यानंतर जानेवारी २०११ पासून सीमा सुरक्षा दलात पोलिस महानिरीक्षक म्हणून कोलकत्ता येथे आणि सध्या दिल्ली येथे कार्यरत आहेत. .

सन्मान : २००१ साली कोसोवा येथे उत्कृष्ट कार्य केले म्हणून 'यू. एन मिशन पदक' आणि २००६ साली दीर्घ आणि उत्कृष्ट सेवेसाठी राष्ट्रपतींच्या वतीने 'पोलीस पदक' प्रदान करण्यात आले आहे.

संपर्क : ashokips 89@gmail.com

web : www.humaninkhaki.com

रेखा चित्रे : चंचल

जन्म : २ जानेवारी १९५१ रोजी साकिना, गाव पूरालाल, ता. बदलापूर, जिल्हा जौनपूर (उ.प्र.)

अस्सल ग्रामीण मानसिकता असलेले कलावंत. लेखन, चित्रकला, कार्टून याच्या बरोबरीने मूर्तीशिल्पाचीही विशेष आवड.

गणेश रामदासी

जन्म : २९मार्च १९६६, मूळ गाप : निलंगा, जि. लातूर (महाराष्ट्र)

शिक्षण : बी. एस् सी; डी.सी. ई, एमएमसीजे

महाराष्ट्र व दिल्ली येथे दै. सामना, दै. केसरी, दै. तरूण भारतसाठी सुमारे १२ वर्षे पत्रकारिता केल्यानंतर गेली दहा वर्षे महाराष्ट्र शासनाच्या माहिती आणि जनसंपर्क विभागात महाराष्ट्र परिचय केंद्र, नवी दिल्ली येथे उपसंचालक पदी कार्यरत.

संपर्क : ganeshramdasi007@gmail.com

अर्पण

खाकी कपडे घालून माणुसकीची
सेवा करणाऱ्या त्या सर्व पोलिस कर्मचाऱ्यांना,
ज्यांच्यासोबत काम केल्यामुळेच मी हे पुस्तक लिहू शकलो.

आणि

जीवनाच्या सुरूवातीपासूनच
असहाय्य लोकांना मदत करण्याची
शिकवण देणाऱ्या आईला.

आणि

अर्धांगिनी अलकनंदा हिला,
तिच्या सहकार्याशिवाय हे पुस्तक
माझ्या दैनंदिनीपुरतेच मर्यादित राहिले असते.

अनुक्रमणिका

प्रस्तावना

स्वातंत्र्यपूर्वकाळात आयसीएस अधिकाऱ्यांनी वनस्पती, जनजाती आणि इतिहास या क्षेत्रात संशोधन लेखनाचे अतिशय मोलाचे काम केले आहे, ही अतिशय आश्चर्यकारक बाब आहे. जॉर्ज अरवेलचा अपवाद वगळता इतर कोणाही आय. पी. अधिकाऱ्याचे उल्लेखनीय काम आढळून येत नाही. ब्रिटिशांनी आयएएस अधिकाऱ्यांच्या तुलनेत आयपीएस अधिकारी कमी वकुबाचे असल्याचे वाटल्यामुळे कदाचित असे झाले असावे. कदाचित त्यांना आपले प्रशासन चालविण्यासाठी जास्त बुद्धिमान आणि संवेदनशील आयपीएस अधिकाऱ्यांची आवश्यकता नसावी. स्वातंत्र्यानंतर मात्र ही परिस्थिती वेगाने बदलली. आयएएस आणि आयपीएस अधिकाऱ्यांत बौद्धिक आणि शैक्षणिक समानता येताच दोघांच्या रचनात्मक कार्यातील फरक कमी व्हायला लागला. आता तर उलट असे म्हणावे वाटते की आयएएस अधिकाऱ्यांच्या तुलनेत आयपीएस अधिकारीच लेखनाच्या क्षेत्रात आघाडीवर आहेत. आयपीएस अधिकाऱ्यांना मिळणाऱ्या जास्त व्यापक अनुभवामुळे असे होत असावे. भाषा, शैली आणि दर्जाच्या पातळीवर पोलीस लेखकानी लिहिलेले सांहित्य क़ोणत्याही कसोटीवर पारखले जाऊ शकते.

आजच्या नव्या युगात जीवनातील वेगवेगळ्या क्षेत्रातून आलेले लेखक खूप मोठ्या संखेतील वाचकांचे लक्ष आपल्याकडे आकर्षित करीत आहेत. हिंदीतील बहुतांश लेखकांना जो अनुभव अद्याप अपरिचित आहे, तो अनुभव घेऊन लेखनाच्या क्षेत्रात आले आहेत. या लेखकांमुळेच भाषेत विविधता आली असून ती अधिक समृद्ध झाली आहे. यांच्यातील काही लेखक पोलिस सेवेमधूनही आले आहेत. 'खाकीतील माणूस' वाचताना लेखकाची ही पहिली कृती असावी, असे कुठेही वाटत नाही. कुठेही काहीही उणीव आढळत नाही.

अशोक कुमार यांच्या दोन दशकांच्या पोलीस जीवनातील अनुभवावर आधारित असलेले हे लहानसे पुस्तक म्हणजे आकर्षक लेखनाचे एक चांगले उदाहरण आहे. तुरूंग, पोलीस स्टेशन आणि त्याच्या अवती भोवती असलेल्या वातावरणातील इतस्ततः विखुसरलेले जीवन किती आकर्षक आणि आव्हानात्मक असते, ते अशोक यांच्या

अनुभवातून आपल्याला कळते. अशोक यांनी आपल्या लेखनासाठी एक सोपी सुटसुटीत भाषा विकसित केली आहे. त्यामुळे त्यातील पात्रांशी एकरूप होणे आपल्याला सहज शक्य होते. खरं तर गेल्या काही वर्षांत पोलिसात अशी एक पिढी नव्याने तयार झाली आहे, जे पोलिसांना अधिक मानवी आणि संवेदनशील बनविण्याचा प्रयत्न करीत आहेत. अशोक यांचे लेखन म्हणजे अशाच पोलीस अधिकाऱ्याची एक धडपड आहे. आपली कर्तव्यनिष्ठा आणि माणुसकी याचा मेळ घालून खऱ्या अर्थाने लोकसेवा करण्याचा प्रयत्न करणाऱ्या एक पोलीस अधिकाऱ्याची आपल्याला हे सर्व लेखन वाचत असताना ओळख पटते.

- विभूतिनारायण राय,

कुलगुरू,

महात्मा गांधी अंतरराष्ट्रीय हिंदी विद्यापीठ, वर्धा. (महाराष्ट्र)

मनोगत

हरियाणातील एखाद्या लहनाशा गावातून आल्यानंतर मला दिल्ली येथील आय. आय. टी. सारख्या महत्त्वाच्या संस्थेत शिक्षण घेण्याची संधी मिळाली, हे मी माझे सुदैव समजतो. गावातून आयआयटीपर्यंत येण्याच्या या प्रवासात दोन परस्परविरोधी प्रवाह भारतात विकसित होत असल्याची मला प्रखरतेने जाणीव झाली. अशा परिस्थितीत ज्या कामात लोकसेवा करण्याची जास्त संधी मिळेल. गरिबीत जीवन जगणाऱ्या कोट्यावधी लोकांना काही मदत करण्याची संधी मिळेल, देशातील सामान्य नागरिकांपर्यंत पोहचून त्यांच्या समस्या सोडविण्यासाठी काही करता येईल, अशी एखादी नोकरी करण्याची माझी इच्छा होती. मला थेट सामान्य माणसाशी संपर्क हवा होता. मला त्याच्यासाठी काम करायची इच्छा होती. हाच आदर्श डोळ्यासमोर असल्यामुळे मी इंजिनिअरिंगमधील भवितव्य सोडून भारतीय पोलीस सेवेत रूजू झालो.

त्यावेळी अत्यंत उत्साहाने प्रशिक्षण घेण्यासाठी राष्ट्रीय प्रशासनिक अकादमी मसुरी येथे गेलो तेव्हा मला माझे आदर्श ढासळत असल्याचे आढळून आले. सुरूवातीला तर मला एक धक्का बसल्यासारखे झाले, पण नंतर मी या धक्क्यातून सावरलो. माझा निर्धार कमकुवत होणार नाही, याची मी खबरदारी घेतली. पोलीस सेवेत असताना अनेक वेळा विरोधाची परिस्थिती निर्माण झाल्यावरही मी माझ्या आदर्शापासून कधी ढळलो नाही. सामान्य माणसाला मदत करण्याच्या माझ्या मुलभूत सिद्धांतावर मी ठाम राहिलो. त्याच बरोबर माणुसकीच्या भावनेने प्रेरीत असलेले काही अनुभव मी माझ्या डायरीत नोंदवीत राहिलो. त्याच अनुभवांना आज हे पुस्तकाचे स्वरूप प्राप्त झाले आहे.

प्रत्येक पीडित व्यक्तीची समस्या काळजीपूर्वक ऐकावी, माणुसकीच्या भावनेतून ती वेदना जाणवण्याचा प्रयत्न करावा आणि कोर्ट कचेरीच्या फंदात न पाडता त्याला लवकरात लवकर कसा न्याय मिळवून देता यावा, यासाठीच मी माझ्या पूर्ण करिअरमध्ये प्रयत्नशील राहिलो आहे.

आज वीस वर्षांच्या पोलीस सेवेनंतर मी ज़ेव्हा मागे वळून पाहतो आणि माझ्या कार्यातील आदर्श डोळयांसमोर ठेवतो तेव्हा भारतीय पोलिस सेवेत येणे निरर्थक

झाले नसल्याचे मला जाणवते. मसुरी आणि अलाहाबाद येथील सुरूवातीचे दिवश अजूनही मला आठवतात. अभिमन्यूप्रमाणे मी एखाद्या चक्रव्युहात तर अडकलो नाही ना? खाकी वर्दी घातल्यावर माणुसकी राखता येते की नाही? असे मला वाटत होते, पण हळूहळू संशयाचे ढग निघून गेले. आता तर मी असे म्हणू शकतो, की पोलिसात राहूनही अनेक असहाय्य लोकांना मी न्याय मिळवून देऊ शकलो. अनेक लोकांचे जीवन बदलू शकलो. अनेक गुन्हेगार आणि पांढऱ्या कपड्यातील गुन्हागारांना शिक्षा होण्यात माझी भूमिका महत्त्वाची होती, या अनुभूतीने स्वान्तसुख मिळते.

पोलिस सेवेत जस जसा मी पुढे गेलो तसा माझा हा विश्वास अतिशय पक्का होत गेला, की व्यवस्थेत काही उणिवा नाहीत. ही व्यवस्था तर माणुसकीची सेवा करण्यासाठीच निर्माण करण्यात आली आहे. खरं तर या यंत्रणेतील लोकांनीच आपल्या वैयक्तिक स्वार्थासाठी या यंत्रणेची मोड-तोड केली आहे. खरं तर चांगल्या प्रकारे पोलिस यंत्रणा राबवली, तर ज्यांच्याकडे पैसा नाही किंवा मोठ्या लोकांची ओळख पाळख नाही, अशा अनेक लोकांना न्याय मिळवून देऊन त्यांच्या जीवनात बदल करता येतो. सध्या या व्यवस्थेत काही उणिवा निर्माण झाल्या असल्या, तरीही सामान्य माणसाला न्याय आजही मिळवून देता येऊ शकतो, असे माझे म्हणणे आहे. उच्च पदावर बसलेल्या अधिकाऱ्यांमध्ये इच्छाशक्ती असेल, माणुसकीच्या दृष्टिने विचार करण्याची क्षमता असेल, काही करून दाखविण्याची इच्छा असेल, तर विद्यमान व्यवस्थाही लोकांना मदत करण्यास अत्यंत उपयुक्त ठरू शकते.

समाजात सुरक्षिततेची भावना निर्माण करण्यासाठी, शिस्त निर्माण करण्यासाठी तसेच समाजाने तयार केलेली नीत्यमूल्य न पाळणाऱ्या, बिघडलेल्या लोकांना सुधारण्यासाठी, गुन्हेगारांना शिक्ष करण्यासाठी, गरीब असहाय्य लोकांना न्याय मिळवून देण्यासाठी पोलीसांची यंत्रणा निर्माण केली आहे. एखाद्या वरीष्ठ पोलीस अधिकाऱ्याने कोणतेही पाऊल उचलण्यापूर्वी स्वतःला काही प्रश्न विचारायला हवेत, त्याने उचललेले पाऊल समाजाच्या हितासाठी आहे का? त्यामुळे पीडीतांना मदत मिळणार आहे का? असे केल्यामुळे दुष्टांना शासन आणि चांगल्या लोकांना मदत मिळणार आहे का? या सर्व प्रश्नांची उत्तरे सकारात्मक असतील, तर तो चांगला पोलीस अधिकारी होऊ शकतो. माझ्या मताप्रमाणे एका चांगल्या पोलीस अधिकाऱ्यात प्रामाणिकपणा, निःपक्षपातीपणा, परिश्रम, क़ार्यवेड, कर्तव्यनिष्ठा हे गुण तर असायला

हवेतच; पण त्याशिवाय गरीब, दुबळे, असहाय्य लोकांना मदत करण्याची इच्छाशक्ती असायला हवी. कोणत्याही प्रकरणात खोलवर शिरून ते समजून घेण्याचा विवेक असायला हवा. माणुसकीच्या दृष्टिकोनातून विचार करण्याची तसेच आपल्या वागण्यातून लोकांचा विश्वास जिंकून सामान्य माणसापर्यंत पोहचण्याची क्षमता असायला हवी.

मी केलेल्या कामांचा तपशील तुमच्यासमोर मांडणे, हा काही या पुस्तकाचा उद्देश नाही. तर कोणतीही समस्या माणुसकीच्या भावनेतून कशा प्रकारे पाहिली आणि समजून घेतली जाऊ शकते, ती कशी सोडविली जाते आणि पोलिसांबाबत समाजाचा दृष्टिकोन सकारात्मक कसा तयार केला जाऊ शकतो, हे दाखविणे आहे. हे पुस्तक वाचल्यानंतर कर्तव्यनिष्ठ पोलीस अधिकाऱ्यांना लोकांच्या गरजेनुसार काम करण्याची प्रेरणा मिळेल, दुसऱ्या बाजूला सामान्य माणसाला आपल्या अधिकारांची जाणीव होईल व आपला मार्ग विसरलेल्या पोलीस अधिकाऱ्यांना ते लोकांच्या भल्याचे काम कसे करू शकतात, हे सांगणे आहे. आपण माणूसकीची भावना ठेवली आणि प्रत्येक समस्येकडे माणुसकीच्या दृष्टिने पाहिले, तर पूर्ण व्यवस्थेचा वापर किती प्रभावीपणे करता येऊ शकतो. सामान्य माणसाच्या गरजा पूर्ण करण्यासाठी पोलीस अधिकाधिक कसे जबाबदार ठरू शकतात, हे या पुस्तकाच्या माध्यमातून सांगण्याचा प्रयत्न केला आहे.

या पुस्तकात वास्तविक जीवनात घडलेल्या काही घटनांच्या आधारे हे सांगण्याचा प्रयत्न केला आहे, की चांगल्या पोलीस यंत्रणेच्या मदतीने खरोखरच गरीब आणि असहाय्य लोकांच्या जीवनात कशा प्रकारे चांगला बदल घडवून आणता येतो. या घटना कथा स्वरूपात मांडल्या असल्या तरी त्यामध्ये पोलीसांसमोर उदभवणाऱ्या परिस्थितीला आव्हाने समजून संवेदनशील मनाने आणि माणुसकीच्या भावनेतून ते प्रश्न सोडविल्यामुळेच अतिशय चांगले परिणाम घडून आले आहेत.

हे पुस्तक आत्मकथा नाही की एखादे संशोधन नाही तसेच फक्त उपदेश करणेही त्याचा उद्देश नाही. या पुस्तकात वास्तविक घटनांची माहिती अशा पद्धतीने मांडली आहे, की त्यामुळे समाजातील लोकांना चांगला माणूस होण्याची प्रेरणा निर्माण व्हावी. या घटनांना कल्पनेचा मुलामा लावून त्यांना अधिक सनसनाटी आणि रंजक करता आले असते, पण त्या जशाच्या तशा सादर करण्याचा पर्याय मी याच्यासाठीच निवडला आहे, की घटनेतील वास्तविकता कायम राहावी आणि वाचकांशी

थेट संवाद साधता यावा.

हे पुस्तक लिहिण्यासाठी माझे वरिष्ठ अधिकारी आणि सहकारी तसेच माझ्या हाताखाली काम करणाऱ्या अधिकाऱ्यांची भूमिकाही माझ्याइतकीच महत्त्वाची आहे. कारण त्यांच्या सहकार्याशिवाय मला हे पाऊल उचलताच आले नसते.

या पुस्तकात काही ठिकाणी स्थळ आणि व्यक्तीची नावे बदलली आहेत. काही ठिकाणी घटनांमध्येही थोडा फार फेरफार केला आहे. त्यामागे कोणाच्या भावना न दुखावल्या जाणे तसेच घटनातील वास्तविकता कायम रहावी, हाच माझा उद्देश आहे.

हे पुस्तक वाचल्यानंतर सामान्य माणूस आपल्या समस्या घेऊन पोलिसांकडे जाण्यासाठी संकोच करणार नाही. खाकी वर्दी घातलेलेही शेवटी माणसेच आहेत, त्यांच्या हृदयातही माणुसकीची भावना आहे. असा विश्वास लोकांमध्ये निर्माण व्हायला मदत होईल. अपहरण झालेल्या मुलाला सोडवून त्याच्या आई वडिलांच्या स्वाधीन करताना, एखाद्या घाबरलेल्या कुटुंबाला गुंडापासून सुटका मिळवून देण्यात, गुंडाच्या छेडछाडीमुळे असहाह्य झालेल्या महिलांना न्याय मिळवून देण्यात तसेच निरपराध व्यक्तीला तुरूंगात जाण्यापासून वाचविणे, हे सर्व करताना पोलिसांनाही आनंद होत असतो. आणि हाच माणसाचा सर्वात अदिम आणि मुलभूत धर्म आहे.

मी माझ्या प्रयत्नांत किती यशस्वी झालो आहे, ते सुज्ञ वाचकच पुस्तक वाचून ठरवतील. वाचकांना माझी अशी विनंती आहे, की त्यांनी आपले मत मला कळवून या पुस्तकाचे मूल्यांकन करण्यास मदत करावी. कोणतेही पुस्तक वाचकांपर्यंत पोहचल्यानंतरच त्याची साहित्यकृती बनत असते.

अनेक अपेक्षांसह,

- अशोक कुमार

मराठी आवृत्तीच्या निमित्ताने

या पुस्तकाची मराठी आवृत्ती प्रकाशित होताना मला अत्यत आनंद होत आहे. वाचकांना हे मूळ हिंदीभाषेतील पुस्तक अतिशय आवडले. त्यांच्या मिळालेल्या उदंड प्रतिसादाबद्दल मी त्यांचा अत्यंत आभारी आहे. त्याचमुळे या पुस्तकाच्या इंग्रजी, गुजराथी, बंगाली भाषेतील आवृत्ती निघु शकल्या. श्री. गणेश रामदासी यांच्या आग्रहामुळे आणि सक्रीय सहभागामुळे आता हे पुस्तक मराठी भाषेत अनुवादित होऊ शकले आहे. मला वाचकांच्या विविध प्रकारच्या प्रतिक्रिया हिंदीतून, इंग्रजीतून, इ-मेल, ब्लॉग आणि फेसबूकच्या माध्यमातून मिळाल्या. त्यावरून हा वेगळा विषय त्यांना किती मनापासून आवडला ते लक्षात येते.

दोन प्रकारच्या संशयात्मक प्रतिक्रियाही मला मिळाल्या. त्यापैकी एक अशी होती, 'नाही, नाही. पोलीस इतके चांगले असू शकत नाहीत.' दुसरी प्रतिक्रिया अशी, 'या पुस्तकात फक्त चांगल्याच गोष्टी सांगितल्या आहेत.' पहिल्या प्रकारच्या प्रतिक्रियेबाबत मला फक्त इतकेच सांगायचे आहे, "पोलीस इतके चांगले असूच शकत नाहीत, असे म्हणणे चुकीचे होईल. सर्वसाधारणपणे पोलीस इतके चांगले असत नाहीत, असे म्हटले तर ते वास्तवाच्या जरा अधिक जवळचे होईल. अर्थात पोलीस आणि सामान्य जनता यांनी मिळून चांगले प्रयत्न केले, तर पोलीस नक्कीच इतके चांगले असू शकतात." दुसरी प्रतिक्रिया, 'या पुस्तकात फक्त यशस्वीच कथा सांगितल्या आहेत.' याबाबतीत मी फक्त इतकेच सांगू शकतो, की माझ्याही आयुष्यात काही वेळा असे प्रसंग आले, की गाढी इच्छा असून आणि अतिशय जाणीवपूर्वक प्रयत्न करूनसुद्धा प्रकरण योग्य प्रकारे तडीस नेण्यात मला यश येऊ शकले नाही. अशा गोष्टींचा मी या पुस्तकात मुद्दाम उल्लेख केला नाही कारण नकारात्मक विचार पसरविण्यापेक्षा सकारात्मक बाबी जास्त प्रभावी ठरतात.

आता हे पुस्तक महाराष्ट्रातील मराठीभाषक चोखंदळ वाचकांसाठी मोठ्या प्रमाणात आणि सर्वदूर उपलब्ध होईल, याची मला खात्री आहे. त्यामुळे वाचकांच्या प्रतिक्रियाही मला जास्त प्रमाणात मिळतील, असा विश्वास आहे.

- अशोक कुमार

निमित्त केवळ...

मित्रवर्य अविनाशच्या माध्यमातून दिल्लीतील सीमा सुरक्षा दलाच्या क़ार्यालयात तेथील पोलीस महानिरीक्षक श्री अशोक कुमार यांच्याकडे जाणे झाले. ग़ेली 5-6 वर्षे दिल्लीमध्ये भारतीय नागरी सेवा परीक्षांच्या व्यक्तिमत्त्व चाचणी परीक्षेसाठी येणा-या महाराष्ट्रातील उमेदवारांच्या यशाचे प्रमाण वाढावे यासाठी येथील महाराष्ट्राचे अधिकारी जी धडपड करीत आहेत, त्याचाच एक भाग म्हणून ही भेट होती. भारतीय नागरी सेवेत मागील काळात दहा-वीस अधिकारी देणारा महाराष्ट्र आता 50-75 चा टप्पा पार करुन नव्वदीत जाऊन ठेपलाय.

श्री. अशोकुमारांकडे गेलो तेव्हा त्यांची अधिनस्थ पोलीस अधिका-यांसोबत बैठक चालली होती. त्यामुळे बाजूच्या सोफ्यावर बसून त्यांची कार्यपद्धती न्याहाळताना दोन-तीन बाबींचा अदमास आला. माणूस संवेदनशील आहे, उत्तम श्रोता आहे. विषयाच्या खोलात शिरतो आणि त्या विषयाला न्याय देतो. आमच्या संवदामध्येही त्यांनी आमचा युपीएससीच्या उमेदवारांसाठीचा उपक्रम बारकाईने समजून घेतला. असा उपक्रम विनामूल्य व तो पण काही शासकीय अधिकारी तन-मन-धन अर्पून दिल्लीत चालवित आहेत ही बाब त्यांना अतिशय सकारात्मक वाटली आणि या उपक्रमाच्या धडपडीची दखल घेऊन महाराष्ट्राचे मुख्यमंत्री श्री. पृथ्वीराज चव्हाण यांनी शासनातर्फे अर्थसहाय्यही केले ही बाबही त्यांना कौतुकाची वाटली. दिल्लीत असेतोवर तयारी करणारे विद्यार्थी असोत अथवा महाराष्ट्रातील पोलीस अधिकारी असोत, आपण केव्हाही त्यांच्याशी अनुभव शेअर करायला उपलब्ध असू, असे त्यांनी सांगितले.

गत 5-6 वर्षे महाराष्ट्राचा भारतीय नागरी सेवा परीक्षांमधील यशाचा क्रम वाढता असला तरीही अभिमत मुलाखतीसाठी पॅनल तयार करताना, भारतीय

पोलीस सेवेमधील महाराष्ट्राच्या अधिका-यांची संख्या दिल्लीत नेहमीच कमी पडते. अशा वेळी अशोक कुमार यांनी दर्शवलेली सकारात्मकता त्यांचे व्यक्तिमत्त्व बोलून गेली. निरोपाच्या वेळी त्यांनी स्वत: लिहिलेली 'Humen in Khaki' आणि 'खाकी में इन्सान' ही इंग्रजी व हिंदी अनुवादित पुस्तके हाती ठेवली.

पुस्तक एकहाती वाचून खाली ठेवले आणि त्यांना फोन लाऊन आग्रह केला, की हे पुस्तक तत्काळ मराठीमध्ये येणे गरजेचे आहे. महाराष्ट्रात आता एमपीएससी व यूपीएसीच्या स्पर्धापरीक्षांमध्ये सहभागी होण्याचा विद्यार्थ्यांचा कल वाढतोय. त्यांचेसाठी हे पुस्तक मार्गदर्शक ठरणार आहे. मागील वर्षी राज्याचे बारा अधिकारी आयपीएस बनले. त्यांना तर ते मार्गदर्शक ठरेलच; पण पोलीस सेवेत येऊ पाहणा-या प्रत्येक विद्यार्थ्यास ते प्रेरणादायी ठरेल. या पुस्तकाचा अनुवाद व संपादन श्री रवींद्र कोल्हे यांच्यासोबत मलाही करण्याचा बहुमान श्री अशोक कुमार यांनी दिला, हे माझे सद्‌भाग्यच!

या पुस्तकाने मराठी साहित्यात किती भर पडली हे काळ ठरवेल; परंतु सव्रच क्षेत्रातील लोकांचा पोलीस यंत्रणेकडे पाहण्याचा दृष्टिकोन बदलण्यास ते सहाय्यभुत होईल, हे नक्की. पोलीस यंत्रणेतील प्रत्येक घटकास आपल्या सेवेचा अभिमान वाटू लागेल, हेही पक्के. याच यंत्रणेत उपनिरीक्षक पदापासून ते थेट केंद्रिय गृहमंत्री होण्यापर्यंत उत्कर्ष गाठलेले राज्याचे माजी मुख्यमंत्री वे केंद्रिय गृहमंत्री श्री सुशीलकुमार शिंदे यांच्या कार्यकाळात या पुस्तकाचे प्रकाशन व्हावे, हा समसमासंयोगच!

मूळ हिंदी व इंग्रजी पुस्तकाच्या निर्मितीपासून या मराठी भाषेच्या आवृत्तीपर्यंत अनेकांचा सहभाग आणि सहकार्य श्री अशोक कुमार यांना लाभत गेले आहे. त्यांचे 'अक्षरधन' आणि 'अनुभव कथन' वाच्चकांसमोर अनेकांच्या परिश्रमाने येत आहे.

मी केवळ निमित्तमात्र !

गणेश रामदासी
नवी दिल्ली.

एक बंदिस्त धोपट मार्ग
आणि भांडवलशाही मर्यादांचे गोल गोल परिघ...
यावरूनच चालत राहतात लोक
चालण्याचे शिकवित राहतात लोक !

पण,
बांधलेल्या मर्यादा तोडणे,
भांडवलशाही मान मरातबांचे उल्लंघन करणे
आणि माणुसकीच्या दृष्टिकोनातून विचार करणे....

माझे असे सांगणे आहे,
खाकी गणवेशात असूनही
माणूस म्हणून वागणे...
इतके काही अवघड नाही ना?

(माझी डायरी - ३१ मार्च १९९०)

१

न्यायाचा अनवट मार्ग

उत्तर प्रदेशातील शाहजहांपूर जिल्हा अनेक बाबींसाठी प्रसिद्ध आहे. एका बाजूला घनदाट जंगलांनी वेढलेले मध्यभागी दलदल असलेले विशाल असे मैदान आहे. येथील शिख शेतकऱ्यांनी आपला घाम गाळून या भागाला नंदनवन केले आहे. दुसऱ्या बाजूला दक्षिणेकडे रामगंगेचे खोरे आहे. तिथे कलुआ सारख्या अनेक डाकूंचे आणि कुप्रसिद्ध गुन्हागारांचे अड्डे आहेत. या भागात इतक्या मोठ्या प्रमाणात गुन्हेगार का तयार होतात, याचा जरा खोलात जाऊन विचार केला, तर असे आढळून येते, की कुठे ना कुठे गावातील लोकांचा लहान सहान बाबींसाठी भांडणे - संघर्ष. जाती आणि वर्ण व्यवस्थेचा संघर्ष आणि गावागावत पसरलेली भांडवलशाही व्यवस्था त्यासाठी कारणीभूत आहे. याच गोष्टीमुळे गावातील तरुणांची घुसमट होताना दिसते. त्यामुळेच ते गाव सोडायला विवश होतात. गाव आणि भोवतालच्या प्रदेशात राहणाऱ्या तरुणांपैकी काही जण प्रसिद्ध डाकू आणि गुन्हागारांच्या टोळयात अडकतात आणि त्यांच्या पावलावर पाऊल ठेवून चालायला लागतात.

शाहजहांपूरच्या बाबतीतील आणखी एक लक्ष्यवेधी बाब म्हणजे येथील लोकांचे शस्त्र प्रेम. या भागातील रस्त्यावरून जाताना हातात बंदुका घेतलेले आणि विविध प्रकारच्या वाहनांवर स्वार झालेले लोक डझनावारी दिसतात. असे सर्व असले, तरीही

या भागातील लोक शांत, मीतभाषी आणि सुसंस्कृत आहेत; हे इथे उल्लेखनीय आहे.

देशाच्या स्वातंत्र्य लढ्यातही शाहजहांपूरचा खास सहभाग राहिला आहे. स्वातंत्र्याच्या लढाईत शहीद झालेले दोन महान क्रांतिवीर अशफाक उल्ला आणि रामप्रसाद बिस्मिल या भूमीपुत्रांच्याबात या मातीत जन्मलेल्या प्रत्येकाला सार्थ अभिमान आहे.

१९९७ साली मी शाहजहांपूर येथे पोलीस अधिक्षक म्हणून रुजू झाल्यावर मला भेटण्यासाठी माझ्या कार्यालयात रोज शेकडो लोक आपल्या तक्रारी घेऊन येत असत. वेगवेगळया प्रकारणांबाबत असलेल्या या तक्रारी रोमांचक आणि आश्चर्यचकीत करणाऱ्या असत. कधी कधी एखादी तक्रार हृदय हेलावून सोडणारी असायची. या तक्रारी ऐकणे आणि मग त्यावर कायदेशीररित्या आणि माणुसकीच्या दृष्टिकोनातून तोडगा काढणे म्हणजेच एका नवीन अनुभवातून जाण्यासारखे होते.

अशाच प्रकारे एके दिवशी एक साधारणशी दिसणारी सुमारे २५ वर्षे वयाची एक महिला माझ्या कार्यालयात आली. तिने पिवळया रंगाची साधी सुती साडी घातली होती. एखाद्या गरीब कारागिर कुटुंबातील असावी, असे तिच्याकडे पाहिल्याने वाटत होते. तिचे एकूण वागणे आणि बोलणे अशा प्रकारचे होते, की समोरच्या व्यक्तीला तिच्या अस्तित्वाची दखल घ्यावीच लागायची. तिची वेदना तिच्या चेहऱ्यावरून स्पष्टपणे जाणवत होती. ती अतिशय थकलेली वाटत होती, तसेच मला भेटण्यासाठी ती खूप दूरवरून आली असल्याचेही जाणवत होते. तसेच मला भेटण्यासाठी तिला खूप वेळ वाट पहावी लागली असल्याचेही जाणवत होते.

"साहेब, माझ्यावर खूप मोठे संकट आले आहे. मला तुमचा फक्त पाच मिनिटे वेळ देऊन माझे म्हणणे ऐकून घेता का? " माझ्या खोलीत प्रवेश केल्याबरोबर तिने मला ही विनंती केली. साधी-सोपी भाषा तरीही तिच्या शब्दातील करारीपणा पाहून मी एकदम दचकलो. एकीकडे मला त्या महिलेबद्दल आश्चर्य वाटत असतानाच तिच्याबद्दल माझ्या मनात कुतूहलही निर्माण झाले. माझ्या मनात जिज्ञासा निर्माण झाली, की गावातील एक साधी-सुधी स्त्री आपल्यातील आत्मबळ आणि आत्मविश्वासाच्या आधारे आपली समस्या सांगण्यासाठी एकटी इतके दूर चालत

आली तेव्हा तिला इथपर्यंत येण्यासाठी किती त्रास सहन करावा लागला असेल. साधारणपणे गावात असे आढळून येते, की गावातील कोणताही पुरूष माणूस एखाद्या प्रभावी किंवा हुशार माणसाला सोबत घेतल्याशिवाय साध्या पोलीस कर्मचाऱ्याला भेटण्याचीही हिंमत करीत नाही. इथे मात्र ही गावातून आलेली साधी सुधी स्त्री जिल्हा पोलीस प्रमुखासमोर आपली तक्रार थेट मांडण्यासाठी निर्भिडपणे समोर आली होती. आपली तक्रार मांडत होती.

कोणत्याही समस्येच्या मुळापर्यंत जाण्यासाठी आधी ती समस्या काळजीपूर्वक आणि माणुसकीच्या भावनेने ऐकणे आणि सर्व काही ऐकल्यानंतर तक्रारदाराच्या दृष्टिकोनातून त्यावर मनन करणे आवश्यक असल्याचे मला अनुभवातून कळले होते. तेव्हाच आपण समस्येच्या मुळापर्यंत जाऊन तक्रारदाराला ज्याकडे लक्ष वेधायचे आहे,अशा दुर्लक्षित मुद्यापर्यंत पोंहचू शकतो. खरं तर तेव्हाच आपण अशा प्रकारची उपयुक्त पोलीस यंत्रणा निर्माण करू शकतो, जी गरीब, उपेक्षित आणि पीडिताला सहज उपलब्ध होणारी आणि त्याला मदत करणारी आहे. साधारणपणे सध्याच्या व्यवस्थेत असे आढळून येते, की ज्यांच्याजवळ पैसा आणि सामर्थ्य आहे, त्यांना तर न्याय मिळतो, पण इतर लोक मात्र न्यायापासून वंचित राहतात किंवा न्यायाजवळ जाऊनही ते तो मिळवू शकत नाहीत. ते न्यायाच्या जवळ पोहचतात न पोहचतात तोच त्यांचा सामर्थ्यशाली विरोधक आपली ओळख आणि सामर्थ्याच्या बळावर बाजी मारून न्याय त्यांच्यापासून हिसकावून नेतो. चांगल्या पोलीस यंत्रणेची खर तर अशाच लोकांना आवश्यकता असते, ज्यांची मोठ्या आणि प्रभावी व्यक्तीशी ओळख नसते, तसेच ज्यांच्याकडे खर्च करण्यासाठी पुरेशा प्रमाणात पैसा असत नाही. असे माझे वैयक्तिक मत आहे.

मी त्या महिलेला बसायला सांगितले आणि तिची काय अडचण आहे, ती निवांतपणे सविस्तर स्वरूपात मांगायला सांगितले. ती महिला ज्या संयमाने आणि विश्वासाने आपल्यावर घडलेली हृदय द्रावक घटना सांगत होती, ते पाहून मला वाटणारा तिच्याबद्दलचा आदर अधिकच वाढत होता. तिच्या बोलण्यातून एकाच वेळी क़मालिचा आत्मविश्वास तसेच पोलीस यंत्रणेवर असलेला तिचा ठाम विश्वासही दिसून येत होता. ती न्याय मिळविण्याच्या आशेने अनेक प्रकारच्या अडचणींवर

धैर्यपूर्वक मात करून माझ्यापर्यंत पोहचली होती. त्यामुळेच तिच्या बोलण्यात अशा प्रकारचा स्पष्टपणा होता. अबला समजल्या जाणाऱ्या त्या सामान्य आणि गृहिणी असलेल्या स्त्रीच्या बाबतीत घडलेल्या घटनेचा घटनाक्रम मी मंत्रमुग्ध होऊन ऐकत होतो. या दरम्यान किती वेळ गेला, याची मला साधी कल्पनाही आली नाही.

तिने जी काही घटना सांगितली त्यानुसार तिच्या गावात पंचायतीच्या निवडणुका होणार होत्या. निवडणूक प्रचाराच्या वेळी सर्व उमेदवार पैशाचा आणि आपल्या सामर्थ्याचा उघडपणे वापर करीत होते. कुठे पैशाचा वापर केला जात होता, कुठे दारूचा वापर केला जात होता, तर कुठे पुंडशाही आणि दंडेलगिरी वापरली जात होती. निवडणूक जिंकण्यासाठी या सर्व मार्गांचा वापर केला जात होता. याच दरम्यान काही गुड या महिलेच्या घरी आले होते आणि त्या महिलेच्या घराती सर्व सदस्यांनी आपल्याला मतदान करावे असे सांगत होते. तसेच आपल्याला मतदान केले नाही, तर त्या महिलेच्या कुटुंबाला त्याचे गंभीर परिणाम भोगावे लागतील अशा धमक्याही जाता येता देत होते.

पंचायतीच्या निवडणुका संपल्यानंतर निवडणूक निकाल जाहीर झाले तेव्हा हा गुंड आपल्या गुडगिरीच्या बळावर आणि पैशाच्या जोरावर गावाचा संरपंच म्हणून निवडून आला होता. अर्थात त्याला हा विजय खूप कमी मताधिक्याने मिळाला होता. त्यामुळे आपल्याला गावातील कुणी कुणी मतदान केले नाही, याचा शोध घ्यायला सुरूवात केली. आपल्या देशातील लोकशाहीत गुप्त मतदान पद्धती असली, तरीहा छोट्या गावांमध्ये कोणत्या भागातील लोकांनी कोणाला मतदान केले, याची माहिती मिळविणे फारसे अवघड असत नाही. त्या महिलेच्या बाबतीतही असेच झाले. या महिलेने आणि तिच्या कुटुंबाने आपल्याला मतदान केले नाही, अशी शंका त्या गुंडाला आली.

निवडणूक पार पडल्याला फार दिवस झाले नव्हते. अशात एके दिवशी त्या

गुंडाच्या कुटुंबातील चार लोक हातात लाठ्या-काठ्या घेऊन त्या महिलेच्या घरी आले आणि कुणाला काहीही न विचारता तसेच काहीही न बोलता थेट तिच्या घरात घुसले. त्या गुंडांनी घरात घुसल्यावर घराचा दरवाजा आतून बंद केला आणि तिच्या नवऱ्याला तसेच सासऱ्याला जोरदार मारहाण केली. नंतर त्यांना घरातच बांधून टाकले आणि त्यांच्यासमोर तिच्यावर त्या चौघांनी आळीपाळीने बलात्कार केला. ती महिला आरडा ओरडा करीत होती. तिचा नवरा आणि सासरा हे घाणेरडे अमानवी कृत्य मूकपणे पाहत होते. त्या महिलेचा आरडा ओरडा घराबाहेरही पोहचला होता, पण गावातील एकानेही आत येऊन तिला वाचविण्याचा प्रयत्न केला नाही. ते गुंड बराच वेळ आपली मनमानी करीत राहिले. आरडा ओरडा करणारी ती महिला आणि तिच्या कुटुंबातील सदस्यांना त्याच अस्त व्यस्त अवस्थेत सोडून जाता जाता त्या गुंडांनी त्या महिलेच्या कुटुंबाला धमकी दिली, " आमंच्या विरोधात गेल्याचा परिणाम काय झाला ते तुम्हाला कळलेच आहे. आता तुम्ही पोलिसात तक्रार करण्याची हिंमत केली, तर त्याचे परिणाम याहून अधिक वाईट होतील."

इतकेच नाही, तर त्या गुडांनी गावभर या घटनेचा गाजावाजा करून सांगितले, की आमच्या विरोधात जाणाऱ्याची काय अवस्था होते. त्यांनी गावभर फिरून त्या महिलेसोबत केलेला अत्याचार मीठ मसाला लावून सर्वांना सांगितला. तसेच आपण गावातील सुनेची इज्जत लुटून कसा बदला घेतला, तेही साऱ्या गावाला सांगितले. अप्रत्यक्षरित्या त्यांनी सर्व गावालाच ही धमकी दिली होती, की त्यांच्या विरोधात जाण्याचा कोणी प्रयत्न केला, तर त्यालाही अशाच परिणामांना सामोरे जावे लागेल.

ते गुड निघून गेल्यानंतर शारीरिक आणि मानसिक पातळीवर पूर्णपणे उन्मळून पडलेल्या त्या महिलेने न्याय मिळविण्यासाठी पोलिसात तक्रार करण्याची इच्छा दाखविली; पण तिचा सासरा आणि पती त्या गुंडाच्या भीतीने इतके घाबरले होते, की तक्रार

करायला त्यांनी तयारी दाखविली नाही.त्या महिलेंच्या नातेवाईकांचा प्रशासनावर विश्वास नव्हता. आपल्या नशिबातच हे लिहीले होते, असेच ते वारंवार म्हणत होते. अशा परिस्थितीत त्या गुंडांच्या विरोघात तक्रार केल्यामुळे प्रशासन तर त्यांच्यावर काही कारवाई करणार नाही, उलट त्यामुळे आपल्या कुटुंबासाठी जास्तीच्या अडचणी निर्माण होतील, असेच त्यांना वाटत होते. ही महिला अनेक दिवस मानसिक तणावाखाली आणि अस्वस्थतेत राहिली. शेवटी तिने आपल्या कुटुंबियांचे म्हणणे न ऐकता आपला मार्ग स्वतः निवडण्याचा निर्णय घेतला. आपल्या पतीची लाचारी आणि विवशता पाहून आपण स्वतःच न्यायासाठी लढण्याचा तसेच त्यां गुडांना असा धडा शिकविण्याचा तिने मनोमन पक्का निश्चय केला. ज़्यामुळे पुन्हा ते दुसऱ्या कोणत्याही महिलेशी अशा प्रकारचा अत्याचार करण्याचे सामर्थ्य करू शकणार नाहीत. आपल्यावर झालेल्या अन्याय आणि अपमानाविरूद्ध न्याय मिळविण्याच्या ठाम इच्छाशक्तीने तिला स्वतः ठाण्यात येऊन तक्रार करण्यासाठी प्रेरीत केले. आता ती एकटीच पोलीस ठाण्यामध्ये तक्रार देण्यासाठी आली होती.

पोलीस गावात आले आणि त्यांनी चौकशी सुरू केली. प्रकरण एकदम खुले होते. महिला,तिचे नातावाईक आणि गावातील लोकांसमोर त्या गुंडांनी स्वतःच ही घटना सांगितली होती. त्यामुले बलात्कारासारख्या निंदनीय गुन्ह्यासाठी पोलीसांनी गुन्हेगारांना ताब्यात घेतले. आपल्या व्यवस्थेतील सर्वात मोठी अडचण अशी आहे, की प्रभावी आणि पैसेवाले लोक आणि गुन्हेगार न्याय व्यवस्थेतील उणिवा शोधून कायदेशीर डावपेच लढविण्यात प्रसिद्ध असलेल्या वकिलामार्फत युक्तिवाद करून जमानतीवर सुटण्यात यशस्वी होतात. या प्रकरणातही हेच झाले. सर्व साक्षी पुरावे विरोधात होते, तरीही ते जमानतीवर सुटण्यात यशस्वी झाले.

तुरूंगातून सुटल्यावर हे गुन्हेगार आता मोकाटपणे फिरू लागले होते. त्यांनी आधीच ज्या कुटुंबाला त्रास दिला होता, त्यांचा बदला घेण्याच्या गोष्टी ते उघडपणे करू लागले. ज्या महिलेने त्यांना तुरुंगाची हवा खायला लावली होती, तिला तर कोणत्याही परिस्थितीत सोडणार नाही, तिच्या कुटुंबातील एकेकाला तुरूंगात पाठविल्याशिवाय राहणार नाही. असे ते बोलत होते. त्यांनी पोलीस ठाण्यातील आपल्याच जातीच्या एका फौजदाराला हाताशी धरून त्या महिलेच्या पतीला अमंली

पदार्थांचा व्यवसाय करण्याच्या खोट्या आरोपाखाली तुरूंगात पाठविले. एके दिवशी त्या महिलेचा पती आपल्या एका कामासाठी सायकलवर शहरात गेला होता, तेव्हा त्याच्या सायकलच्या सिटखाली त्यांनी चरसचे एक पाकीट ठेवले. ही माहिती पोलीसांना देऊन त्याच्या सायकलची तपासणी करायला लावली. चरस बाळगल्याच्या आरोपाखाली तिच्या पतीला तुरुंगात पाठविण्यात आले. मग या गुंडानी गावात ही गोष्ट जाहीरपणे सांगून आपण कसा बदला घेतला याचा ढिंढोरा गावकऱ्यांसमोर पिटला. .

ती स्त्री आणि तिच्या सासऱ्याला गावात जगणे अवघड झाले होते. कारण मोल मजुरी करून त्यांचे पालन पोषण करणारा त्यांचा एकमेव आधार आता तुरूंगात गेला होता. त्याची जमानत करण्यासाठी वकिलाची फी द्यायलाही या कुटुंबाकडे पैसे नव्हते. बचाव करण्याचा कोणताही मार्ग त्यांच्यासमोर नव्हता. ते गुंड पुन्हा कधी आपल्या घरी येतील आणि आपल्याशी कशा प्रकारे वागतील, याची त्या महिलेला भीती सतावत होती. या दरम्यान तिच्या पतीने तुरुंगात ४५ दिवस घालविले होते. ती महिला आणि तिचा सासरा उपासमारीने मरायला टेकले होते आणि त्यांना सर्वत्र फक्त अंधार दिसत होता आणि काहीही मार्ग दिसत नव्हता. अशा वेळी जिल्ह्याचे नवे पोलीस प्रमुख सामान्य लोकांच्या तक्रारी कोणत्याही शिफारशीसिवाय थेट ऐकून घेतात, असे कळल्यावर न्यायाच्या आशेने ती थेट माझ्याकडे आली. कदाचित ही तिची अखेरची आशा होती. सुरूवातीला तिला थोडी भीती वाटत होती, पण आपले जीवन रक्षण करण्यासाठी दुसरा काही पर्यायही नव्हता त्यामुळेच तिने इथपर्यंत येण्याची हिंमत केली होती.

महिलेची दुःखद कहाणी ऐकून मी सुन्न झालो. ज्या पोलीसांनी गरीब आणि असहाय्य लोकांना मदत करायला हवी होती, तेच या कुटुंबासाठी शाप ठरले होते. ज्या पोलीसांनी गोर गरिबांवर होणाऱ्या अन्याय-अत्याचार विरोधात तो करणाऱ्या प्रभावी, गुंड आणि बदमाशांना शिक्ष करायला हवी होती, तेच या यंत्रणेचा दुरूपयोग करून एका गरीब, निर्दोष आणि असहाय्य व्यक्तीला अंमली पदार्थांच्या खोट्या आरोपाखाली तुरूंगात पाठवित होते.

इतके काही झाल्यावर बहुतेक लोक आपला पराभव मान्य करतात आणि परिस्थितीला शरण जातात, संघर्ष करणे सोडून आत्महत्त्या करतात नाही तर मग काही लोक फुलनदेवीसारखा अयोग्य मार्ग स्वीकारण्यासाठी मजबूर होतात. माझ्याकडे आलेल्या या महिलेची मात्र न्याय मिळविण्याची इच्छा आणि व्यवस्थेवरील विश्वास दुर्दम्य होता. त्यामुळेच तिने या गुंडाविरूद्धचा लढा सुरू ठेवण्याचा निर्णय घेतला. अन्यायाच्या विरोधातील आपला संघर्ष सुरू ठेवला. मला त्या महिलेतील या धाडसाने प्रभावित केले. ती आपली सर्व कहाणी सांगून माझ्यासमोर शांत बसली होती. माझ्या प्रतिक्रियेची वाट पाहत होती. मला तिच्याबद्दल पूर्ण सहानुभूती वाटत होती.तिची व्यथा आणि वेदना मला जाणवत होती. मी तिला आश्वासन दिले, की मी या प्रकरणाची पूर्णपणे निःपक्षपातीपणे चौकशी करतो. तिच्या पतीला जर खोट्या आरोपाखाली तुरुंगात पाठविले असेल, तर त्याला नक्की सोडविण्यात येईल.

ज्या महिलेने मला आपली घटना ऐकवली होती, तिच्या एकेक शब्दात सत्यता होती. मी माझ्या कर्मचाऱ्यांना बोलावून त्याच्याकडून त्या महिलेचा अर्ज लिहून घेतला. अर्थात अर्ज लिहिताना त्या महिलेला पुन्हा एकदा आपली दुःखी कहाणी सांगावी लागली. तरीही तिने ज्या उत्साहाने आपली तक्रार दाखल केली होती, त्यावरून मला भेटल्यामुळे तिला न्याय मिळण्याची आशा वाटत होती, असे दिसले. तिच्या तक्रारीची एक प्रत मी चौकशी करण्यासाठी स्थानिक पोलीस स्टेशनला पाठविली तसेच गुप्त चौकशी करण्यासाठी दुसरी प्रत स्थानीय अधिसूचना शाखेलाही पाठविली.

इतर राजकीय विभागाप्रमाणे पोलीस विभागातही तक्रारींचे निराकरण करण्याची जी व्यवस्था केली आहे, त्यामुध्ये सर्वात दुःखद आणि आश्चर्यकारक बाब अशी आहे, की साधारणपणे ज्या व्यक्तीच्या विरोधात तक्रार केलेली असते त्याच अधिकाऱ्याला तपास अधिकारी बनवितात. या प्रकरणातही विभागीय अधिकाऱ्यांनी ही तक्रार चौकशीसाठी पोलीस स्टेशन प्रमुखाकडे वर्ग केली. त्याने ही चौकशी त्याच पोलीस उपनिरीक्षकाकडे सोपविली. ज्याच्या विरोधात ही तक्रार होती. त्यामुळे त्या फौजदाराने आपण केलेली कार्यवाही योग्य असल्याचे सांगून अहवाल नस्तीला लावला. ती फाईल मग पोलिस स्टेशन प्रमुख आणि विभागीय अधिकारी यांच्यामार्फत माझ्याकडे आली.

लोकांच्या समस्यांबाबत जे अधिकारी संवेदनशील नसतात, त्याच्या नजरेला अशा प्रकारच्या गोष्टी कधीही येत नसल्याचे बहुतेक वेळा आढळून येत असते. अशा प्रकारच्या चौकशा बहुतेक वेळा 'सीन,' 'फाईल' म्हणजे अवलोकन केले, नस्तीबद्ध केले, अशा प्रकारच्या टीपणी जोडूंन बंद केल्या जातात. मग लोकांचा आक्रोश फाईलीच्या ढिगाऱ्यात दबून जातो. अशा परिस्थितीत आपण पोलीसात असणे, काहीच उपयोगाचे नव्हते. मी या तक्रारीकडे जाणीवपूर्वक लक्ष दिले नसते, तर ही तक्रारही नेहमीसारखी फायलीच्या ढिगाऱ्यात अडकून पडली असती. त्यापेक्षा दुर्दैवाची बाब अशी की त्या फायलीबरोबरच ती महिला आणि तिच्या कुटुंबातील तिघांचे आयुष्यही गाडले गेले असते.

लगेच काहीही निर्णय घेणे शक्य नसल्यामुळे ती नस्ती मी माझ्या टेबलावर तशीच ठेवली. गुप्त चौकशीसाठी मी जी तक्रार पाठविली होती, त्याचा अहवालही दोन-तीन दिवसांत माझ्यासमोर आला. या अहवालात महिलेवर झालेल्या अत्याचारासह सर्व बाबी सत्य असल्याचे नमूद करण्यात आले होते. आश्चर्याची बाब अशी, की ही घटना कोणापासूनही लपून राहिलेली नव्हती. गावातील आबालवृद्धाला सुरूवातीपासून शेवटपर्यंत आधी सांगितलेली सर्व कहाणी माहीत होती. कारण त्या गुडांनी महिलेवर केलेल्या अत्याचाराचा तसेच तिच्या पतीला खोट्या आरोपात अडकवल्याचा गावभर गवगवा केला होता.

गुप्त शाखेचा अहवाल मिळाल्यानंतर मी संबंधित विभागीय अधिकाऱ्याला माझ्या कार्यालयात बोलावले. त्याला गोपनीय शाखेचा अहवाल दाखविला. तो एक अनुभवी विभागीय अधिकारी होता. फौजदारापासून प्रमोशन मिळवित तो या पदावर पोहचला होता आणि खूप वयस्क होता. त्या महिलेची तक्रार खरी असल्याचे त्यांने लगेच मान्य केले. पण आपल्याच डिपार्टमेंटच्या लोकांना चुकीचे कसे सिद्ध करायचे, ही त्याची खरी अडचण होती. आता हे प्रकरण न्यायालयात गेले असल्याचेही त्याचे म्हणणे होते. अशा परिस्थितीत स्टाफची चूक मान्य केली, तर त्यांना शिक्षा करावी लागणार होती. तसेच असे केल्यामुळे पोलीसांचीच प्रतिमा मलीन होणार होती. त्या विभागीय अधिकाऱ्याने आपले सारे शासकीय सेवेचे जीवन अशाच प्रकारे घालविले होते. त्यामुळे हे प्रकरण

जागच्या जागी मिटवून टाकण्यातच शहाणपणा असल्याचे त्याचे म्हणणे होते.

दुसऱ्या बाजूला कोणत्याही परिस्थितीत आपण मात्र न्याय आणि सत्याची बाजू सोडायची नाही, असा मी ठाम निर्धार केला होता. पोलीसांनी केलेली एक चूक पाठीशी घालण्यासाठी त्याहून मोठी दुसरी चूक करण्याची माझी इच्छा नव्हती. इथे तीन लोकांच्या आयुष्याबरोबरच पोलीस यंत्रणेवरील विश्वासाचा प्रश्न मला महत्त्वाचा वाटत होता. बळी ठरलेली महिला आणि तिच्या कुटुंबातील तिघांना न्याय मिळवून देण्याच्या प्रयत्नांत पोलीसांची चूक उघड झाली, तरी त्यामुळे आपण न्यायाच्या खूप जवळ जाणार आहोत, असे माझे मत होते. असे केल्यामुळे पोलासांची प्रतिमा मलीन होण्याऐवजी स्वच्छ होणार होती. कारण चूक स्वीकारण्यासाठी अधिक हिंमत असावी लागते. तसेच मिडिया आणि सामान्य माणसालाही ही गोष्ट कळेल, की कोणत्या ना कोणत्या पातळीवर का होईना, पण पोलीसांकडून न्यायाची अपेक्षा केली जाऊ शकते.

मी योग्य प्रकारे समजावून सांगितल्यानंतर विभागीय अधिकाऱ्याने आपला तपासणी अहवाल पुन्हा पाठविला. या वेळी तपासणी अहवाल योग्य होता. त्याच्या आधारे मी संबंधित फौजदाराला निलंबित केले. त्याच्यामुळेच एका महिलेचा सुखी परिवार विनाशाच्या उंबरठ्यावर आला होता. मी विभागीय अधिकाऱ्यांना आदेश दिला, की त्याने न्यायालयात सत्याचा स्वीकार करून त्या महिलेच्या पतिविरूद्ध केलेली तक्रार मागे घेण्यासाठी अहवाल पाठवावा. त्याच बरोबर या प्रकरणी पोलीसांची चूक झाल्याचे स्वीकार करण्याचा आदेश दिला. माननीय न्यायमूर्तींनी या अहवालाच्या आधारे त्या महिलेच्या पतीची निर्दोष सुटका केली. आम्ही त्या गुंडावर कठोर कारवाई केली. त्यामुळे पुन्हा ते कोणाही निरापराध व्यक्तीवर अत्याचार करण्याचा प्रयत्न करणार नाहीत, अशी त्यांना जरब बसविली.

तिच्या पतीची निर्दोष सुटका केल्यावर सदर महिला माझे आभार मानण्यासाठी आपल्या पतीसह माझ्या कार्यालयात आली. त्यावेळी तिच्या चेहऱ्यावर आभाराचे आणि आनंदाचे संमिश्र भाव दिसत होते. तिला मिळालेल्या न्यायामुळे तिला आता जगण्यासाठी ठोस आधार मिळाला होता. आम्ही केलेल्या कारवाईमुळे तिला झालेल्या यातना काही कमी करता येणार नव्हत्या, पण तिच्या जखमांवर मलम लावण्याचे

काम तरी आम्ही करू शकलो होतो. त्याशिवाय ती महिला आणि तिच्या कुटुंबाला सन्मानाने आणि निर्भयपणे जीवन जगण्याची संधी मिळाली होती

दुसऱ्या दिवशी विभागीय अधिकारीही माझ्या कार्यालयात आले. पोलीसांची बाजू उलट करुन मांडल्याने उलट केल्यामुळे, पोलीसांनी आपली चूक मान्य केल्यामुळे, निर्दोष व्यक्तीला तुरूंगात जाण्यापासून वाचविल्यामुळे आणि दोषी पोलीसांवर कारवाई केल्यामुळे समाज आणि माध्यामात पोलीसांची प्रतिमा अधिक उजळ झाल्याचे त्यांनी स्वीकारले होते. न्यायाबद्दल लोकांचा विश्वास वाढला असून लोकांना खाकी वर्दीत दडलेल्या माणुसकीचे दर्शन झाले होते.

* * *

त्यांचे म्हणणे, 'लोकांची सेवा करा'
अगदी कबुल.......
पण यांचे म्हणणे आहे, 'आधी स्वतःची सेवा करून घ्या'
हे अधिक चांगले .

त्यांचे म्हणणे, 'संपूर्ण क्रांतीद्वारे समाज बदलून टाका'
खूप चांगले आहे...
पण यांचे म्हणणे आहे, 'परंपरा कायम ठेवा,
धोपट मार्गाने चला, आहे तसे राहण्यातच भले आहे'
हे तर अजून चांगले आहे.

त्यांचे म्हणणे, 'देशाचा विकास तेव्हाच जेव्हा
गरीब जनतेशी स्वतःला जोडून घ्याल.'
पण यांचे म्हणणे आहे, 'देशाच्या विकासाशी आमचे काय देणे घेणे...
आमचा विकास झाला, हेच खूप झाले'

''गोऱ्या साहेबांशी आम्हाला आधी नाते जोडू द्या,
ती आमची परंपरा आहे,
आमची पाळे मुळे इम्पेरिअल पोलिसात...
मग आम्ही लोकांसारखे कसे बनणार?
'आम्ही तर त्यांचे माय बाप आहोत!
आम्ही तर त्यांचे साहेब आहोत!'

(या कवितेतील 'त्यांचे' हा शब्द भारतीय पोलीस सेवेतील आदर्शवादी अधिकाऱ्यांसाठी योजिला असून 'यांचे' हा शब्द त्या पोलीस अधिकाऱ्यांसाठी वापरला आहे जे आपला संबंध ब्रिटिशाच्या इम्पेरिअल पोलीसांशी असल्याचे मानतात आणि स्वतःला जनतेचे सेवक न मानता 'साहेब' समजतात.)

(माझी डायरी - १५ जानेवारी १९९०)

२

सेवक? छ्या ! छ्या ! अहो,... साएब आम्ही

पुस्तक पुढे नेण्यापूर्वी याची पार्श्वभूमी समजावून सांगण्यासाठी थोडे भूतकाळात जाणे मला आवश्यक वाटते. मी हरियाणातील ग्रामीण भागातून येऊन आय. आय. टी दिल्ली येथून इंजिनिअरिंगचे शिक्षण घेतले. गावापासून आयआयटी पर्यंतच्या या प्रवासाने, भारतात दोन परस्पर विरोधी प्रवाह विकसित होत असल्याचे पाहून मला विचार करायला भाग पाडले. एकीकडे सतत प्रगती करणारा आणि प्रत्येक क्षेत्रात आघाडीवर असलेला 'इंडिया' आहे. तिथे लहानपणापासूनच इंग्रजी शाळेत शिक्षण घेणारे आणि साहेबी थाटात जगणारे प्रभावी लोक आहेत. मोठ मोठ्या गाड्या, स्टार हॉटेल याची डोळे दिपवून टाकणारी आयात केलेली संस्कृती वेगाने पसरवणारे लोक आहेत. त्यांना आपली मातृभाषा बोलण्याची आणि आपण भारतीय असल्याचे सांगण्याची लाज वाटते. इंडियामधून चांगल्या प्रकारचे दर्जेदार शिक्षण घेतल्यानंतर या देशातील धूळ, माती, उष्णता आणि गरिबी यापासून सुटका मिळविण्यासाठी शक्य तितक्या लवकर ते या देशाला गुडबाय करण्यासाठी विकसित देशात पळून जायला तयार असतात. दुसरीकडे 'भारता'त राहणारे (तत्कालिन) ऐंशी कोटी देशवासी आहेत. ज्यांना रहायला घर नाही. दोन वेळच्या जेवणासाठी भाकरीची सोय नाही. अंगभर घालायला कपडे नाहीत. देशाला स्वातंत्र्य मिळून बासष्ट वर्षे झाल्यावरही देशाच्या काही भागात वीज, पाणी, रस्ते यासारख्या मुलभूत सुविधाही नाहीत. अशा लोकांना चपराशाची सरकारी नोकरी मिळाल्यावरही धन्य धन्य झाल्यासारखे वाटते. आपल्या गावात आणि घरात

राहण्यात त्यांना काहीही वाईट वाटत नाही.

आयआयटी दिल्लीत राहत असताना या देशात होणारा असा विभाजित विकास मी खूप जवळून पाहिला. त्यामुळे मी सुरुवातीलाच असा संकल्प केला होता, की माझ्या बहुतेक मित्रांप्रमाणे मी परदेशी जाण्याचे स्वप्न कधीच पाहणार नाही. कारण त्या काळात मी परदेशी जाण्याला 'ब्रेन ड्रेन' समजत असे. नंतर मात्र मला असे आढळून आले आहे, की परदेशात गेलेल्या आयआयटीच्या विद्यार्थ्यांनी भारताची प्रतिमा सुधारण्यात अतिशय मोलाची भूमिका बजावली आहे. मला तर इंजिनिअर होऊन आपल्या देशाची सेवा करायची होती. पण चौथ्या वर्षाला असताना औद्योगिक प्रशिक्षणाच्या वेळीच माझा विचार बदलला. मी माझी इंडस्ट्रियल ट्रेनिंग कोलकत्यातील 'उषा फॅन्स' कंपनीत केली होती. कोलकत्यातील गर्दीने भरलेले संघर्षपूर्ण जीवन, गाड्यांचा पों. पो. आधुनिक यंत्राच्या भागांनी व्यापलेले यांत्रिक आयुष्य पाहून ट्रेनिंगच्या काळातच याची जाणीव झाली, की इंजिनिअरिंगच्या मर्यादित आयुष्यात घुटमळून राहणे मला आवडण्यासारखे नव्हते.

ज्यामध्ये देशसेवेची जास्त संधी असेल, या देशातील कोट्यावधी गरिबांना मदत करण्याची संधी असेल, देशातील सामान्य नागरिकांपर्यंत पोहचून त्यांच्या समस्या सोडविता येतील अशा प्रकारची एखादी नोकरी मला करायची होती. मला थेट सामान्य माणसाशी जोडून घेऊन त्याच्यासाठी काम करायचे होते. असे जीवन आव्हानात्मक असले, तरीही माझ्या कामामुळे लोकांच्या जीवनात थेट फरक पडत असल्याची मला जाणीव व्हायला हवी होती. मला अशी नोकरी हवी होती, जिथे मला माझ्या क्षमतेनुसार काम करण्याची संधी मिळावी. तिथे जीवन अधिक अर्थपूर्ण व्हावे. माझ्या सर्व सहकाऱ्यांशी आणि मित्रांशी विचारविनिमय केल्यानंतर मला माझ्या या सर्व अपेक्षांची पूर्तता क़रण्यासाठी मला भारतीय नागरी सेवांशिवाय दुसरा कोणताही पर्याय दिसत नव्हता.

मी भारतीय नागरी सेवा परीक्षा उत्तीर्ण करून अतिशय उच्च आदर्श मनात ठेवून पोलीस सेवेत दाखल झालो. प्रामाणिकपणे आणि कर्तव्यनिष्ठतेने लोकांची सेवा करायची तसेच गरीब आणि गरजूंना मदत करायची हाच मनात संकल्प होता. सिव्हिल सेवेत येणारे इतर सर्व लोकही माझ्यासारखाच विचार करणारे असतील, असे मला वाटत होते. कारण भारतीय नागरी सेवेच्या परीक्षेची तयारी करताना

देशभक्ती आणि लोकसेवेची भावना मनात अतिशय प्रभावी होत असे.

आय. ए. एस आणि आय. पी. एस या दोन्ही सेवांचे सुरूवातीचे प्रशिक्षण लाल बहाद्दूर शास्त्री अकादमी मसुरी येथे होत असे. आपल्या मनात असे आदर्श, संकल्प आणि स्वप्ने घेऊन आम्ही मसुरीला गेलो होतो. मला पहिल्यांदा झटका तेव्हा बसला जेव्हा जेवणाच्या टेबलावर आमच्यापैकी एकाने या सर्व आदर्शाची टिंगल उडविली आणि तो म्हणाला, 'बॉस, तू कोण्त्या जगाच्या गोष्टी करतोस. देश सेवा, समाजसेवा या सारख्या गोष्टी फक्त मुलाखतीच्या वेळी सांगण्यासाठी असतात. अरे बाबा, आम्ही तर सत्ता, पैसा आणि स्टेटस् मिळविण्यासाठी या नोकरीत आलो आहोत.'

मला तर जणू साप ड़सल्यासारखे झाले होते. काही लोक आपल्या वैयक्तिक स्वार्थासाठी या सेवत येत असल्याचा मी विचारही करू शकत नव्हतो. नंतर मात्र हळूहळू मी अस्वस्थ होणे सोडून दिले. अकादमीतील अर्ध्याहून अधिक लोक आधीच उच्च आणि सधन कुटुंबातून आलेले होते. साधारणपणे अशा प्रकारचे लोक अपरिवर्तनीय असतात. त्यांची कौटुंबिक स्थिती संपन्न, वेभवशाली आणि अशा प्रकारच्या सनदी सेवांशी संबंधित होती. या सेवाशी संबंधित असलेले नियम आणि कायदे त्यांना आधीपासूनच माहीत होते. अशा लोकाना व्यवस्थेचा आपल्या फायद्यासाठी वापर करण्यात जराही संकोच वाटत नाही, की लाज वाटत नाही. असे लोक तर सरळ सरळ सत्ता, पैसा आणि प्रसिद्धी मिळविण्यासाठी अधिकारी होत असतात.

चांगली गोष्ट अशी होती, की तिथे आलेले सर्वच जण अशा विचारांचे नव्हते. वास्तविक पाहता जनसेवा आणि देशभक्ती या भावना मनात घेऊन येथे येणाऱ्याची संख्याही मोठी होती. समाजातील खालच्या थरातील लोकांना मदत करण्याचाच त्यांचा विचार होता. जात, धर्म, वर्ण, लिंग या भेदभावामुळे या लोकांचा विकास खालच्या पायरीवरच अडकून पडला होता.

अकादमीमध्येच आम्हाला खाण्या-पिण्याच्या आणि वागण्याच्या साहेबी पद्धती शिकविण्यात आल्या. काटे आणि सुऱ्यांचा वापर कशा प्रकारे केला जातो. चमचा कसा ठेवायचा असतो आणि जेवणाच्या टेबलावर कसे बसायचे असते. इ. इ. या प्रशिक्षणात कुठे ना कुठे ब्रिटिश साम्राज्यवादाची झलक दिसत होती. आपल्याला साहेब होण्यासाठी तर शिकविले जात नाही ना, याची मला शंका येऊ लागली होती. त्यामुळे आम्ही आपल्याला सामान्य लोकांपेक्षा वेगळे आणि विशेष समजायला लागणार

होतो. त्यामुळे आमच्यात आणि सामान्य लोकांत आपोआपच दरी निर्माण होणार होती. आमचा एकूण रुबाब असा काही असावा, की सामान्य माणूस आमच्या जवळ येण्याचे धाडसच करू शकणार नाही. अर्थात आम्हाला हे यासाठीही शिकविण्यात येत होते, की साहेबी वातावरणात आम्ही स्वतःला परके समजणार नाहीत आणि एका मर्यादेपर्यंत हे आवश्यकही होते. हे तर संबंधित अधिकाऱ्याच्या संवेदनशीलतेवर अवलंबून असते, की त्याने हा साहेबीपणा आपल्या आत कोणत्या मर्यादेपर्यंत भिनू द्यावा.

स्वातंत्र्यापूर्वी भारतीय पोलीस सेवा इम्पेरिअल पोलिस (आय.पी.) म्हणजे ब्रिटिश साम्राज्याचे पोलीस म्हटले जात असे. स्वातंत्र्यानंतर याचे नाव बदलून आय.पी.एस (भारतीय पोलीस सेवा) करण्यात आले. देशाचे धोरण ठरविणाऱ्या त्या काळातील लोकांना असे वाटले असेल, की भारतीय सिव्हिल सेवेतील अधिकारी खरोखरच जनतेचे सेवक असल्याची भूमिका पार पाडतील. त्यांच्यात असलेला इंग्रजी जमान्यातील साहेबीपणा संपून जाईल. सामान्य जनतेचे दुःख वेदना जाणून घेऊन ते दूर करण्यासाठी प्रयत्न करतील. त्यांची सेवा करतील. देशाला ज्या विकासाची आवश्यकता आहे, ज्या नव्या वैचारिक आणि प्रशासकीय क्रांतीची आवश्यकता आहे, त्यामध्ये हे महत्त्वाची भूमिका पार पाडतील. कदाचित या अपेक्षा थोड्या अधिकच असाव्यात कारण भारतीय नागरी सेवांमध्ये (आयएएस आणि आयपीएस)येणारे बहुतेक लोक अजूनही साहेबच राहू इच्छितात.

प्रशिक्षणाच्या काळात अकादमीच्या वतीने आम्हाला एक आठवडा खेड्यातून फिरण्यासाठी पाठवित असत. त्याला रॅपीड रूरल ॲप्रेझल (आर. आर. ए.) म्हणतात. या कार्यक्रमांतर्गत सर्व प्रशिक्षणार्थ्यांना सामाजिक आणि आर्थिकदृष्ट्या मागासलेल्या गावात पाठवित असत. त्यामुळे देशातील भावी प्रशासकीय अधिकारी ग्रामीण भारतातील वास्तव जवळून पाहू शकतील आणि तेथील समस्याही जवळून पाहू शकतील. आमचा ग्रुप उत्तर प्रदेशातील बांदा जिल्ह्यात गेला होता.

बांदा ही बुंदेलखंड क्षेत्रातील उत्तर प्रदेशातील एक अत्यंत मागासलेला जिल्हा आहे. हा भाग अतिशय डोंगराळ आणि खडकाळ आहे. या भागात चहुकडे गरीबी आणि दारिद्याचे साम्राज्य आहे. या भागातील लाल माती, ॲल्यूमिनियमच्या चपट्या वाट्यासारखे दूरवर पसरलेले मोकळे मैदान, पराकोटीची निराशा, एकटेपणाचे रडगाणे गाणाऱ्या अभावग्रस्त झोपड्या आणि युगे युगे आधार शोधणारी काटेरी झुडपे तसेच सारख्या चेहऱ्याची माणसे...

आम्ही लोक बांदा तालुक्यातील सरकारी डाकबंगल्यावर पोहचलो तेव्हा आमच्या स्वागतासाठी खूप मोठ्या प्रमाणात सरकारी कर्मचारी उपस्थित होते. 'जी, हुजूर, साहेब, सर,' याशिवाय कोणी बोलायलाच तयार नव्हते. त्यांच्या वागण्यात इतकी गुलामी होती, की त्याची आम्हाला अपेक्षा नव्हती, सवयही नव्हती. त्यांच्या एकूण वागण्यातून असेच वाटत होते, की जणू काही त्यांच्या घरी देशाचे 'भावी भाग्यविधाते' अवतरले होते. जणू काही आम्ही त्यांच्या राज्याचे राजकुमार होतो आणि बऱ्याच दिवसांनी सामान्य लोकांच्या जवळ आलो होतो.

त्या विभागाचा दौरा करण्यासाठी आम्हाला एक जीप देण्यात आली होती. आम्हाला बांदापासून पुढे असलेल्या बरगढ नावाच्या एका गावात पाठविण्यात आले होते. त्याच बरोबर आम्हाल रात्रीच प्रवास न करण्याचा सल्ला दिला होता, कारण त्या भागात 'ददुवा' नावाच्या डाकूची दहशत होती. ददुवा एक जुना गुन्हेगार होता. जो हत्या, लूट, दरोडे, हप्तावसुली यासाठी कुप्रसिद्ध होता. त्याला त्याच्या जातीच्या लोकांचा पाठिंबा असल्यामुळे तो पोलीसांच्या हाती लागत नव्हता. पोलिसांच्या हाताला न लागणारे असेही काही दरोडेखोर आहेत आणि प्रशासनही त्यांना घाबरते, हे कळल्यामुळे मी उद्विग्न झालो.

आम्ही लोकांनी पुढचे सहा दिवस वरगढ आणि त्याच्या आसापासच्या गावात घालविले. सर्व विभाग दारिद्र्य आणि उपेक्षेच्या घोर खाईत खितपत पडला होता. पिण्याच्या पाण्याची सोय नव्हती, की वीज नव्हती. शेती करण्यायोग्य जमिनही नव्हती. कच्च्या मातीची घरे, अर्धवट कपडे घालून फिरणारी मुले, झाडाच्या सावलीत घातलेल्या मोडक्या बाजा, शेती करण्याची जुनी औजारे, काही ठिकाणी तर बैलाच्या जागी जुंपलेला हाडा मासांचा पिंजरा उरलेला माणूस, लाकडाच्या मोळया वाहणाऱ्या महिला, पाण्याचे हांडे वाहणाऱ्या मुली हे सर्व पाहून विकासाच्या नावावर चालविल्या जाणाऱ्या योजनांची वास्तविकता पहायला मिळाली. तिथे गेल्यावर हेही कळले, की त्या भागात उत्पन्नाची दोनच साधने आहेत, एक शेती आणि दुसरे दगडाच्या खाणी. या दोन्हीवरही विशेषतः समाजातील मूठभर श्रीमंताचा ताबा होता. बहुतेक लोक तिथे मजुरी करीत होते आणि आपल्या लहान

सहान घर खर्चासाठी मालकांकडून कर्ज घेत होते. ते कर्ज फेडण्यातच मजुराचे आयुष्य गुलामासारखे वाया जात होते. श्रीमंत आणि गरीब यांच्या दरम्यान एक मोठी दरी दिसत होती आणि ती भरून काढणे अशक्य वाटत होते.

गुलाम मजुरांच्या हिताचे रक्षण करण्यासाठी देशात नुकताच 'वेठबिगार विरोधी कायदा' तयार करण्यात आल्याचे आम्ही नुकतेच कुठेतरी वाचले होते. अर्थात फक्त कायदा केल्यामुळे सामाजिक आणि आर्थिक विषमता नाहीशी होत नाही. या कायद्याचा परिणाम संपूर्ण देशात कुठेही होताना आढळून येत नव्हता, की त्यामुळे कुठे सामाजिक विषमता नाहीशी होत होती. किवा तशी चिन्हेही कुठे दिसत नव्हती. गरीबी दूर करण्यासाठी सरकारच्या वतीने अनेक कार्यक्रम राबविण्यात आले आहेत, पण त्यापैकी बहुतेक योजनांचा फायदा सरकारी अधिकारी आणि काही विशिष्ट वर्गातील लोकांनीच घेतला आहे. असे वाटत होते. ज्या लोकांसाठी या योजना आखण्यात आल्या होत्या. ते लोक मात्र या योजनांपासून अद्यापही दूर होते.

एक आठवडा त्या भागाचा दौरा केल्यानंतर त्या भागाबद्दल बऱ्याच प्रमाणात माहिती मिळविण्यात आम्ही लोक यशस्वी झालो होतो. शेवटच्या दिवशी अशाच प्रकारे आम्ही एका गावातील लोकांशी बोलत होतो तेव्हा साधारणपणे २५ वर्षांच्या एका युवकाशी आमची गाठ पडली. त्याचे नाव 'हमरी' होते. तो अतिशय अशक्त आणि कमकुवत शरीराचा होता. तो एखाद्या गुलामासारखा वाटत होता. शतकांपासून गुलामीच्या बेड्यात जखडून गेलेल्या दासासारखी त्याची अवस्था होती. अतिशय हीन-दीन अवस्था होती त्याची. त्याला कोणत्याही सरकारी कार्यक्रमाचा लाभ मिळत नव्हता, की त्याला कोणत्या सरकारी योजनेची माहिती नव्हती. आमचे सहानुभूतीपूर्वक बोलणे ऐकून त्याच्या मनात असा काही उत्साह निर्माण झाला की तो अचानक रडायला लागला. अनेक युगांपासून दाबून ठेवलेला त्याचा आवाज सर्व बंध तोडून मोकळा झाल्यासारखे वाटत होते. तो बोलू लागला, 'आम्ही खूप काही सहन केले आहे. आता आम्ही आणखी अन्याय सहन करणार नाहीत. आम्ही अन्यायाच्या विरोधात संघर्ष करू. जनावरांसारखे गुमान राहणार नाहीत. शेवटी आम्हीही माणसे आहोत."

त्याच्या मनात अचानक निर्माण झालेला हा असंतोष पाहून आमच्या ग्रुप मधील बाकीचे लोक काय विचार करीत होते, मला माहीत नाही; पण माझ्या मनात मात्र त्यच्याबद्दल सहानुभूती निर्माण झाली. मी मलाच पूर्णपणे असहाय्य समजत होतो,

कारण त्यावेळी त्याला देण्यासारखे माझ्याकडे मानसिक करूणेशिवाय दुसरे काहीही नव्हते. या दौऱ्यामुळे माझ्या मनात असलेल्या संकल्पाला मात्र उभारी मिळाली. भविष्यात मलाही प्रशासकीय अधिकार मिळतील. त्याचा वापर करून मी काही प्रमाणात का होईना, पण ही सामाजिक विषमता दूर करू शकेन. मला ही गोष्ट समजू लागली होती, की आपल्या हातात करण्यासारखे खूप

काही आहे, फक्त ते करण्याची आपली इच्छा असायला हवी. या दौऱ्याच्या वेळी लोकांना आमच्यापासून खूप काही अपेक्षा असल्याचे मला जाणवत होते. त्यांच्या अपेक्षांच्या ओझ्याखाली मला दबल्यासारखे वाटू लागले होते. अर्थात त्याच वेळी मला हाही विश्वास जाणवत होता, की एक ना एक दिवस माझ्या हातात नक्कीच करण्यासारखे काही तरी असेल. तेव्हा या लोकांच्या जीवनात आम्ही नक्कीच सकारात्मक बदल घडवून आणू शकू.

या दौऱ्याच्या वेळी मी एकीकडे एक 'माय-बाप' संस्कृती अतिशय जवळून पाहिली. तसेच दुसरीकडे नोकरशाहीची जीप आणि डाकबंगला संस्कृतीही पाहिली. आमच्या काही मित्रांसाठी हा रॅपीड रूरल दौरा रॅपीड रॉयल दौरा झाला होता. हे लोक या पूर्ण दौऱ्यात सरकारी पिकनिकला आल्यासारखे वागत होते. देशातील गरिबीचे हे विदारक चित्र हौस म्हणून आपल्या कॅमेऱ्यात विविध कोनांनी ते कैद करीत होते.

रॅपीड रूरल ॲप्रेंजल नंतर आम्ही लोक पुन्हा अकादमीत परत निघालो होतो तेव्हा माझ्या मनात अनेक प्रकारचे विचार येत होते. देशासमोर अनेक प्रकारच्या समस्या तोंड आ वासून उभ्या होत्या. या समस्यांमध्ये मला माझ्यासाठी एक आव्हान दिसत होते. ज्या उद्देशाने मी भारतीय पोलीस सेवेची निवड केली होती, त्या उद्देशांची पूर्तता करण्यासाठी प्रशिक्षण पूर्ण करून लवकरात लवकर आपल्या कामाच्या ठिकाणी जाण्यासाठी मी उत्साहीत झालो होतो.

* * *

चक्रव्यूहात प्रवेशण्याआधी
कोण होतो मी?
आणि कसा होतो-
हे मला आठवणारच नाही !

चक्रव्यूहात गेल्यानंतर-
मी आणि चक्रव्यूह याच्यामध्ये
फक्त प्राणघातक जवळिक होती-
हे मला मुळी कळणारच नाही !

चक्रव्युहातून बाहेर पडल्यानंतर-
मी मुक्त होईल ज़री
तरीही,
चक्रव्युहाची रचना काही बदलणार नाही !

('अर्धसत्य' या हिंदी चित्रपटामधून)

३

चक्रव्यूह

हैदराबादेतील राष्ट्रीय पोलीस अकादमी मधील प्रशिक्षण पूर्ण केल्यानंतर प्रशिक्षणार्थी सहाय्यक पोलीस अधिक्षक म्हणून माझी पहिली पोस्टिंग अलाहाबादला झाली. संगमाचे शहर असलेले अलाहाबाद प्रयागराज या नावानेही ओळखले जाते. तसे दोन नद्यांचा संगम इतर अनेक प्रयागांमध्येही होतो, जसे देवप्रयाग, कर्णप्रयाग, रुद्रप्रयाग इ. अलाहाबाद मात्र गंगा, यमुना आणि सरस्वती या तीन नद्यांच्या संगमावर वसलेले शहर आहे. त्यामुळे त्याला प्रयागांचा राजा प्रयागराज म्हणतात. सरस्वती नदीचा उल्लेख फक्त पुराणात आढळतो. नंतर ही नदी लुप्त झाली. अलाहाबादला कुंभनगरी म्हणूनही ओळखतात. बारा वर्षानंतर एकदा येणारा माहाकुंभमेळा अलाहाबाद, उज्जैन, हरिद्वार आणि नाशिक इथे दर तीन वर्षांनी भरत असतो. या सर्वांमध्ये अलहाबाद येथे भरणाऱ्या महाकुंभमेळ्याचे वैशिष्ट्ये काही वेगळेच आहे.

धार्मिक नगराच्या बरोबरीने शिक्षण आणि साहित्यिक केंद्र म्हणूनही अलाहाबाद ओळखले जाते. येथे गंगानाथ झा, फिराक गोरखपुरी, महादेवी वर्मा, हरिवंशराय बच्चन, धर्मवीर भारती यांच्यासारख्या शिक्षकांचे प्रभामंडळ नेहमीच कायम राहिले आहे. इथे शिक्षण घेण्यासाठी अनेक लोक दूर दूरवरून येत असत. सांस्कृतिक क्षेत्रात शास्त्रीय गायन, लोक गायन, शास्त्रीय नृत्य आणि लोकनृत्य यांच्या समृद्ध पंरपरांचे केंद्र म्हणूनही अलाहाबादचे महत्त्व आहे. तसेच राजकीय पातळीवर स्वातंत्र्यपूर्व

काळापासून राजकीय केंद्र म्हणूनही अलाहाबादचे महत्त्व राहिलेले आहे. मोतिलाल नेहरू यांचे निवासस्थान असलेले 'आनंद भवन' स्वातंत्र्यपूर्व काळात काँग्रेसचे मुख्यालय म्हणून प्रसिद्ध होते. स्वातंत्र्यानंतरही जवाहरलाल नेहरू पासून व्ही.पी. सिंग यांच्यापर्यंत अनेक पंतप्रधान एक तर अलाहाबादचे राहणारे होते किंवा त्यांनी येथे शिक्षण घेतलेले होते. चंद्रशेखर आझाद यांनी येथेच हसत-हसत देशाच्या स्वातंत्र्यासाठी आपल्या प्राणांचे बलीदान केले होते.

सामाजिक आणि राजकीय पातळीवर ९० च्या दशकातील सुरूवातीची काही वर्षे अनेक अर्थाने उलथा-पालथ करणारी होती. एकीकडे मंडल आयोग तर दुसरीकडे बाबरी मस्जिद या दोन्ही मुद्द्यांनी देशाच्या राजकारणात भूकंप आणला होता. चहुकडे फक्त आंदोलने आणि आंदोलनेच दिसत होती. अशा प्रकारच्या सामाजिक आणि राजकीय वातावरणात मी माझ्या पोलीस करिअरला सुरूवात केली.

सर्वात आधी मला एस. पी. म्हणजे पोलिस अधिक्षक कार्यालयात रुजू करून घेण्यात आले. प्रशिक्षणाच्या काळातील माझ्या जुन्या अनुभवांच्या तुलनेत इथे जाणवणारी वेगळी गोष्ट म्हणजे लोकांचे सतत तक्रारी घेऊन येणे आणि आपल्या तक्रारीचे समाधान शोधणे. सरासरी शंभर ते दोनशे लोक रोज अलाहाबाद येथील पोलीस कार्यालयात आपल्या तक्रारी घेऊन येत असत. काही लोक नेत्यांना सोबत घेऊन येत असत, तर काही लोक वकिलांना सोबत आणीत असत. अर्थात काही लोक मात्र कोणाच्याही आधाराशिवाय आपली तक्रार घेऊन तिथे येत होते. या सर्व तक्रारीकडे बारकाईने पाहिल्यानंतर त्यांचे स्वरूप साधारणपणे असे होते. कोणाची तक्रार न घेतली जाणे,. कोणावर हल्ला झाल्यानंतर पोलीस तक्रार केल्यानंतरही पोलीसांकडून कारवाई न केली जाणे. कोणाविरूद्ध खोटी तक्रार दाखल करणे, एखाद्याला खोट्या तक्रारीत गोवणे, एखाद्याची तक्रार लिहून घेतल्यावरही गुन्हेगारांना न पकडणे, इ. इ. एकूण काय तर यापैकी बहुतेक तक्रारी या ठाणे प्रमुख, चौकी

प्रमुख किंवा प्रभारी अधिकारी याच्या वतीने दाखविण्यात येणाऱ्या पोलीसांच्या निष्क्रियतेबाबतच्या होत्या. किंवा पोलीसाच्या वतीने करण्यात येणाऱ्या चुकीच्या कारवाईबद्दलच्या होत्या.

अलाहाबाद खूप मोठा जिल्हा होता. त्यावेळी त्याच्या अंतर्गत ४४ ठाणी आणि १४ सर्कल (विभाग) होते. इतक्या मोठ्या जिल्ह्यात अधिकाऱ्यांना कायदा आणि सुव्यवस्थेच्या समस्याच दिवसभर सोडवाव्या लागत असत. इतक्या मोठ्या प्रमाणावर येणाऱ्या तक्रारी ऐकण्यासाठी, त्यावर विचार करण्यासाठी आणि त्या सोडविण्यासाठी त्यांना वेळच मिळत नसायचा. त्यामुळे या तक्रारी अंतर्गत अधिकाऱ्यांकडे कारवाईसाठी पाठविण्यात येत असत. त्यामध्ये अप्पर पोलीस अधिक्षक, विभागीय अधिकारी आणि ठाणे प्रभारी यांचा मुख्य स्वरूपात समावेश असे. विभागीय अधिकारी हा पोलीसांत सर्वात खालच्या पातळीवरील राजपत्रित अधिकारी असतो. साधारणपणे ठाणे प्रभारींच्या विरोधात येणाऱ्या तक्रारीची चौकशी करण्यासाठी विभागीय अधिकाऱ्यांना पाठविण्यात येत असते. इथे मला जाणवलेली आश्चर्याची बाब म्हणजे विभागीय अधिकारी स्वतः चौकशी न करता ज्या टाण्याच्या विरोधात ही तक्रार असे, त्या ठाणे अंमलदाराकडेच चौकशीसाठी आलेला विनंती अर्ज पाठविण्यात येत असे. अशा वेळी ठाण्याच्या वतीने करण्यात आलेल्या चौकशीनंतर विभागीय अधिकाऱ्यांना पाठविण्यात आलेल्या अहवालात पोलीस आधीचीच माहिती देत असत आणि तक्रारदाराची तक्रार खोटी असल्याचे सांगितले जात असे. हाच अहवाल मग एस.एस.पी. कार्यालयापर्यंत जात असे. तक्रारीच्या तपासणी अहवाालच्या फाईलीच्या खोलात जाण्याइतका वेळ कोणाकडेच नसायचा. त्यामुळे तपासणी अहवालाचे हे गठ्ठे 'सीन, फाईल' अशी नोट लिहून दाबून ठेवले जात असत.

सुमारे एक महिनाभर या कार्यालयात बसल्यानंतर मला हेच आढळून आले, की बिचारे तक्रारदार इकडून तिकडे त्रस्त होऊन फिरत असतात. त्यांच्या तक्रारी कोणीही लक्षपूर्वक ऐकत नाही. फक्त दोनच स्थितीत कारवाई केली जात असायची: म्हणजे एखादी प्रभावी व्यक्ती आपले म्हणणे जोर देऊन वारंवार मांडीत असेल तर किंवा एखाद्या विशेष तक्रारीकडे वरिष्ठ पोलीस अधिकाऱ्याने खास लक्ष द्यायला सांगितले असेल तर. अन्यथा दुसऱ्या तक्रारी फाईलींच्या ढिगाऱ्यात हरवून जात असत. असे

होत होते तरीही तक्रारी घेऊन येणाऱ्यांची संख्या काही कमी होत नव्हती. त्याला या गरीब जनतेचे नशीब म्हणायचे की न्याय मिळविण्याचा खटाटोप म्हणायचे, ते कळत नाही. महिना-दोन महिने या कार्यालयात खेटे घातल्यानंतर आपल्या नशिबाला दोष देत हे लोक मग शांत बसायचे. तक्रारींचे निवारण करण्याची पोलीस खात्याची ही पद्धत मला अजिबातच तर्कसंगत आणि न्यायसंगत वाटत नव्हती.

क़ाही दिवसांनंतर मला ठाणे प्रमुखाचे प्रशिक्षण देण्यासाठी फूलपूर पोलीस स्टेशनला पाठविण्यात आले. ते अलाहाबादपासून सुमारे तीस किलोमीटर अंतरावर होते. हे शहर म्हणजे मध्यम आकाराचे तहसील कार्यालय होते. स्वातंत्र्यानंतर येथे इफ्कोसारखे एक दोन मोठे मोठे कारखाने सुरू झाले होते. एवढी एक गोष्ट सोडली तर बाकी हे पोलीस ठाणे पूर्णपणे ग्रामिण भागात मोडणारे होते.

'शहर में कर्फ़्यू' यासारखी संवेदनशील कादंबरी लिहिणारे प्रसिद्ध लेखक विभूती नारायण राय हे माझे पहिले वरिष्ठ पोलीस अधिक्षक होते. पोलीसची नोकरी करीत असतानाही एक चांगला माणूस म्हणून राहणे आणि माणुसकीचे विचार कायम ठेवणे या माझ्या विचारांना त्यांच्यामुळे सामर्थ्य मिळाले. ठाणेप्रमुखाच्या प्रशिक्षणाला जाण्यापूर्वी त्यांनी मला अशी शिकवणूक दिली की तिथे गेल्यावर खालच्या पातळीपर्यंत जाऊन शिकायचे आहे तसेच मुन्शीच्या कागदपत्रांमध्ये डोकावूनही शिकायचे आहे. त्यांनी मला असेही सांगितले, की सतत अधिकाऱ्याच्या तोऱ्यात राहिलात तर जीवनभर काहीही शिकू शकणार नाहीत. मी त्यांच्या सल्ल्याची खुणगाठ बांधली.

फूलपूर पोलीस ठाण्यातील पहिले चार पाच दिवस माझ्यासाठी अतिशय हैराण करणारे होते कारण त्या काळात मी सकाळपासून संध्याकाळपर्यंत पोलीस ठाण्यात बसून असे. कोणी मला भेटायला येत नसे. इथे गुन्ह्याचे प्रमाण खूप कमी असावे किंवा अजिबातच नसावे, असे मला वाटले. नाही तर मग येथील लोक परस्परात संघर्ष करीत नसावेत किंवा मग त्यांचा खाकी वर्दीवरचा विश्वास उडाला असेल. त्यामुळे हे लोक ठाण्यातच येत नसतील. किंवा या भागीतील लोकांना पोलीसांची खूप भीती वाटत असेल त्यामुळे ते इथे पाऊल ठेवायला घाबरत असतील. पाचव्या दिवशीही दिवसभर ठाण्यात रिकामा बसून परत निघालो होतो तेव्हा ठाण्यापासून

सुमारे पन्नास पावलांच्या अंतरावरील एका चहाच्या टपरीवर मला खूप मोठी गर्दी जमा झालेली दिसली. केवळ उत्सुकतेपोटी मी माझी जीप थांबवली आणि खाली उतरून एका वृद्धाला, तिथे काय झाले आहे, कशाची गर्दी जमली आहे? असे विचारले. त्या वृद्धाने सांगितले, की ते लोक ठाण्यावर तक्रार घेऊन आले आहेत. इतकेच नाही, तर त्या वृद्धाने असेही सांगितले, की इन्सपेक्टर साहेबांनी त्या सर्वांनी सक्त ताकीद दिली होती, क़ी ज़ोपर्यंत ठाण्यामध्ये आयपीएस साहेब बसले आहेत, तोपर्यंत कोणीही पोलीस ठाण्यात यायचे नाही. तोवर सर्वांनी इथे चहाच्या टपरीवरच थांबावे.'साहेब ठाण्यातून निघून जातील, तेव्हाच हे लोक ठाण्यात येतील.' मी आश्चर्यचकीत होऊन त्या माणसाकडे पाहतच राहिलो. गेल्या पाच दिवसांत मला भेटायला कोणीही का आले नव्हते ते आता माझ्या लक्षात आले होते.

मी इन्सपेक्टरला बोलावले आणि त्याने असे का केले म्हणून विचारले. त्याने लगेच उत्तर दिले, ''अहो साहेब, तुम्ही तर राजे माणूस आहात. आय. पी. एस. अधिकाऱ्याने तर राजासारखे रहायला हवे. या साऱ्या बारीक सारीक गोष्टी तर तुम्ही आमच्यासारख्यांवरच सोपवायला हव्यात.'' तो पुढे असेही म्हणाला, ''साहेब, इथे येऊन त्यांना भेटल्याने काहीही होणार नाही. हे लोक तर असेच येत राहणार. त्यांचे ऐकत बसलात तर तुम्हीही त्रस्त व्हाल. आपण स्वतः परेशान व्हायचे आणि दुसऱ्यांनाही परेशान करायचे, हाच त्यांचा कामधंदा आहे.'' असे म्हणत असतानाच त्याने एक सणसणीत शिवीही हासडली.

या इन्सपेक्टरने पहिल्यांदाच असे केले होते, असे काही नव्हते. साधारणपणे बहुतेक अधिकारी अशाच प्रकारे आपले प्रशिक्षण पूर्ण करीत असतात. खालचे अधिकारी त्यांना 'राजा साहेब' म्हणून हरभऱ्याच्या झाडावर चढवीत असतात आणि आपला मतलब साध्य करीत असतात. खालपर्यंत आपली पकड बसविणारे मोजकेच अधिकारी असतात. अशा अधिकाऱ्यांना स्टाफचे लोक 'कडक' अधिकारी म्हणून ओळखतात. 'राजासाहब' दर्जाचा अधिकारी असेल, तर त्याच्या कार्यकाळात खालचे अधिकारी मजेत असतात. कारण असे अधिकारी कधीही दौऱ्यावर जात नाहीत, की गुन्ह्याच्या खोलात शिरत नाहीत.तसेच खालच्या अधिकाऱ्याने काही चूक केल्यावर

त्याच्याही खोलात जात नाहीत. अशा अधिकाऱ्यांना वास्तवाची अजिबातच जाणीव नसते. त्यामुळे अशा वरिष्ठ अधिकाऱ्याच्या कार्यकाळात खालच्या अधिकाऱ्यांना मोकळे रान मिळत असते. साहेब तर राजा माणूस असतात. काम न करता ते मजा मारीत असतात आणि त्यांच्या हाताखालचे भ्रष्ट अधिकारी खरे राज्य करीत असतात. अशा अधिकाऱ्यांच्या कार्यकाळात त्यांच्या अधिनस्थ कर्तव्यनिष्ठ अधिकाऱ्यांना काम करण्याची संधीच मिळत नाही कारण राजेसाहेब नेहमी तोंडपूज्या आणि भ्रष्ट अधिकाऱ्यांच्या गराड्यात असतात.

चहाच्या दुकानावर गोळा झालेल्या त्या सर्व लोकांना घेऊन मी परत पोलीस ठाण्यावर आलो. एक एक करून त्या सर्वांच्या समस्या ऐकल्या. त्याच्यातील ऐंशी टक्के प्रकरणे तर आपसातील भांडणामुळे झालेल्या तक्रारीची होती. दोन्ही बाजूंचे म्हणणे काळजीपूर्वक ऐकून जागच्या जागी त्या समस्या सोडविणे सहज शक्य होते. असे सर्व लोक सुलानामा ठाण्यात झाला म्हणून आनंदाने घरी परत जातात. त्यांना झालेला आनंद आणि त्यांच्या चेहऱ्यावरील कृतज्ञतेचे भाव पाहून मला आनंद झाला. मी ठाण्याहून घरी परत जायला निघालो तेव्हा माझ्या सोबत असलेल्या पोलीस शिपायाला त्यांच्या आनंदाचे कारण विचारले. त्याने मला सांगितले, ठाण्यातील इन्सपेक्टर दलालांच्या माध्यमातून त्या लोकांच्या मनात समस्येविषयी उगीच भीती निर्माण करीत असे. मग ते सोडविण्याचे नाटक करून त्यांच्याकडून खूप मोठ्या रकमा उकळीत असे. त्या शिपायाने सांगितल्या नुसार इन्सपेक्टरची कामाची पद्धत अशी होती, की आधी एका बाजूची तक्रार घ्यायची. मग त्या तक्रारीच्या आधारे दुसऱ्या बाजूच्या लोकांना उचलून ठाण्यात आणायचे. मग दुसऱ्या बाजूकडून पहिल्याच्या विरोधात तक्रार घ्यायची आणि त्या तक्रारीच्या आधारे पहिल्यांना ठाण्यात उचलून आणायचे. दोन्ही बाजूच्या लोकांना सात-आठ तास उगीच पोलीस ठाण्यात बसवून ठेवल्यानंतर आपण काय मूर्खपणा केला ते दोन्ही बाजूच्या लक्षात येते. मग दलालाच्या माध्यामातून हे लोक सुलानामा करतात. मोठी रक्कम घेऊन मग दोन्ही बाजूच्या लोकांना सोडून द्यायचे.

चहाच्या दुकानावर गर्दीला अडवून धरणारे पोलीस ठाण्याचे दलाल असल्याचे दुसऱ्या दिवशी माझ्या लक्षात आले. ठाण्याची काम करण्याची पद्धत अशी होती, की

सामान्य माणूस ठाण्यात पाय ठेवण्याची हिंमतच करीत नसे. आधी तर पोलीसांना पाहूनच त्याची अर्धी हिंमत खच्ची होत असायची. मग त्याची बोलण्याची पद्धत पाहून तर त्याची उरली सुरली हिंमतही पळून जायची. त्यावर ठाण्याच्या मुंशीची हुकूमशाही. एखादी पीडीत व्यक्ती गुन्ह्याची माहीत देण्यासाठी पोलीस स्टेशनला आल्यावर त्याला इतक्या प्रकारचे प्रश्न विचारले जात असत, की त्या व्यक्तीला आपणच गुन्हा केली की काय असे वाटत असे. त्यामुळे दलालाच्या मध्यस्थीशिवाय लोक पोलीस ठाण्यात पाऊल ठेवण्याची हिंमतच करीत नसत.

त्या दिवशी लोकांच्या समस्यांची मला जी माहिती मिळाली, त्यातील दोन प्रकरणे अशी होती, की तिथे बसूनच त्यांचा निपटारा करणे शक्य झाले नाही. आपण खरे आणि समोरचे खोटे असल्याचे दोन्ही पक्ष ठासून सांगत होते. त्यामुळे मी घटनास्थळावर जाऊन चौकशी करण्याचा निर्णय घेतला. दुसऱ्या दिवशी सकाळी त्या दोन्ही पक्षांना पोलीस

ठाण्यात येण्याची वेळ दिली. ठरलेल्या वेळी मी पोलीस ठाण्याचा स्टाफ सोबत घेऊन घटना घडलेल्या ठिकाणी गेलो. एक प्रकरण आंगणामुळे निर्माण झालेल्या वादाचे होते. दोन्ही पक्ष ते आपले असल्याचे सांगत होते. घटनास्थळी जाऊन आम्ही दोन्ही बाजूचे नकाशे पाहिले. आसपासच्या लोकांकडे चौकशी केली तेव्हा त्यांच्यापैकी एका माणसाच्या ताब्यात ते बऱ्याच काळापासून असल्याचे कळले. तसेच दुसरा पक्ष बळजबरीने त्यावर ताबा मिळविण्याचा प्रयत्न करीत असल्याचे आढळून आले. ताबा मिळविण्याचा प्रयत्न करणाऱ्या गटाने दलाल आणि प्रभावी लोकांच्या माध्यामातून ठाण्यात आपले वर्चस्व निर्माण केले होते. सदरचे नकाशे आणि परिस्थितीजन्य पुरावे पाहिल्यावर दुसरा पक्ष बळजबरीने त्या आंगणावर ताबा मिळविण्याचा प्रयत्न करीत असल्याचे आढळून आले. घटनास्थळावर ज़ाऊन चौकशी केल्यामुळे गुडगिरी करणाऱ्या लोकांचे बिंग फुटले.गर्दीसमोर त्यांच्यावर मान खाली घालण्याची पाळी आली. आपला दावा खोटा असल्याचे त्यांना मान्य करावे लागले. पोलीस आपल्या घरी येऊन न्याय

करू शकतात, याची जाणीव फुलपूर गावातील लोकांना त्या दिवशी झाली. त्यांच्यासाठी ही नवीन बाब होती. काही लोकांशी बोलल्यानंतर मला असे जाणवले, की पोलीस व्यवस्थेवरील आपण गमावलेल्या विश्वासाबद्दल पुनर्विचार करावा, असे त्यांना वाटत होते.

दुसऱ्या प्रकरणात घटनास्थळाची चौकशी केल्यावर तक्रारदाराने असे सांगितले, की एका पक्षाने दुसऱ्या पक्षाच्या घराची भिंत पाडली होती. प्रत्यक्षात पाहिल्यावर भिंत पूर्णपणे पडल्याचे दिसत होते. जागेचा नकाशा पाहिल्यावर आणि आसपासच्या लोकांशी बोलल्यावर असे कळले, की आधी तिथे कोणत्याही प्रकारची भिंत नव्हती. काही दिवसांपूर्वीच ठाण्याच्या मदतीने तिथे भिंत बांधण्यात आली होती. ती भिंत ज्याने बांधली होती ती जागाही त्याचीच होती. दुसऱ्या पक्षाने ठाण्याच्या प्रभावाखाली येऊन आपली भिंत पाडल्याची तक्रार केली होती. या प्रकरणाच्या मुळाशी गेल्यावर असे आढळून आले, की एका व्यक्तीने आधी ठाण्यात पैसे भरून भिंत बांधली होती. मग दुसऱ्या बाजू कडून पैसे घेऊन पोलीसांनीच ती भिंत पाडायला लावली होती. अशा प्रकारे दोन्ही बाजूकडून पैसे घेऊन पोलीसांनीच दोन्ही पक्षात वैर निर्माण केले होते. मी गावातील मुख्य व्यक्ती आणि गावातील घाबरलेल्या, हवालदिल झालेल्या लोकांना बोलावून त्याच्यासमोर दोन्ही पक्षात सर्वमान्य तोडगा काढण्याचा सल्ला दिला. त्यांनी तो आनंदाने स्वीकारला. या दोन्ही घटनांबाबत मी लगेच एस.एस. पी. यांनाही कळविले. या प्रकरणाचे गांभीर्य पाहून एस. एस. पी ने ठाणे प्रमुखाला निलंबित केले आणि इन्सपेक्टरला लाईनवर हजर करण्यात आले.

या घटनेनंतर ठाण्यातंर्गत विभागात लगेच ही बातमी पसरली, की पोलीस स्वतः घटनास्थळी येऊन तक्रारीचे निवारण करतात. या कारवाईचा आणखी एक चांगला परिणाम असा झाला, की खोट्या तक्रारी घेऊन ठाण्यात येणाऱ्या लोकांचे प्रमाण खूप कमी झाले. तसेच टाण्यातील दलालांचा ठाण्यातील प्रवेश पूर्णपणे बंद झाला. अलाहाबादच्या मुख्य कार्यालयात रोज शे दोनशे लोक तक्रारी घेऊन का येत असायचे, याचे गुढ मला आता कळले. अशा प्रकारचे काही लोक प्रत्येक ठाण्यात असतात. ठाण्यावर प्रभावी व्यक्तींची आणि दलालाची पकड असल्यामुळे त्यांना तिथे न्याय मिळत नाही. काही लोकांना तर पोलीस मुख्यालयात जाऊनही न्याय मिळत नाही.

तेव्हा मग त्यांना कोर्टात खेटे घालावे लागतात यातील साधी सरळ गोष्ट अशी होती, की ठाणे पातळीवरच योग्य कारवाई होऊन लोकांना न्याय मिळाला, तर त्यांना असे दारोदार भटकून न्याय मागावा लागणार नाही. त्यांच्या तक्रारी ऐकून घेतल्यानंतर त्या जागेवरच सोडविण्यासाठी पोलीसांनी वेळीच प्रयत्न केले, तर शांततेचे वातावरण निर्माण केले जाऊ शकते आणि ते कायमही ठेवले जाऊ शकते.

त्यानंतर मी माझे लक्ष ठाण्याच्या कार्यक्षेत्रात होणाऱ्या बारीक सारीक गुन्ह्याकडे वळविले. गुन्हेगारांची एक यादी तयार करून आळीपाळीने प्रत्येक गावाला ८ नंबरचे रजिष्टर घेऊन दिवसाच प्रत्येक गुन्हेगाराच्या घरी पूर्ण पोलीस टीमसह गेलो. रजिष्टर नं ८ हे ठाण्यावर ठेवले जाणारे प्रत्येक गावाचे असे रजिष्टर असते, ज्यात गावाची पूर्ण माहिती असते. सामान्य लोकांची आणि गुन्हेगारांचीही त्यात माहिती असते. याचा त्या भागात खूप चांगला परिणाम झाला कारण प्रतिबंधात्मक कारवाईचा हा सर्वात चांगला प्रकार आहे. गुन्हेगार निश्चित करून आपण त्याचा पाठलाग करीत राहिलो, तर पोलीस आपल्या मागावर असल्याचे त्या गुन्हेगाराला कळते. अशा वेळी गुन्हेगार ठाण्याच्या कार्यक्षेत्राबाहेर पळून ज़ातो. या पद्धतीत पोलीस गुन्हेगारांना पत्ता लागू न देता गुन्हेगारांवर कारवाई करतात. त्यामुळे आपोआपच गुन्ह्यांचे प्रमाण कमी होते. आम्ही असे केले नाही, तर सक्रिय असलेले गुन्हेगार गुन्हे करीत राहतात आणि पोलीस त्यांच्या मागे पळत राहतात.

या साखळीअंतर्गत काही लोकाच्या विरोधात गुंडा ॲक्टनुसार कारवाईही करण्यात आली. आपापल्या गल्लीत हाणा मारी करणारे किंवा महिलांची छेडछाड करणाऱ्यांचा त्यात समावेश होता. अशा लोकांना काही ठिकाणी 'गुंडा', काही ठिकाणी 'दादा' तर काही ठिकाणी 'भाई' म्हणतात. अशा गुंडांचा स्थानिक पातळीवर दहशतवाद असा असतो, की लोक त्यांच्या विरोधात तक्रार करायला घाबरतात. लोक असा विचार करतात, की प्रभावी लोकांचा पाठिंबा असणाऱ्या या गुंडाविरूद्ध तक्रार केल्याने त्या गुंडांचे तर काही बिघडत नाही. उलट चिखलात दगड मारल्यामुळे आपल्या अंगावर चिखल उडून आपण मात्र हंराण होणार. आपण केलेल्या तक्रारीवर पोलीस ठाण्यातून या गुंडाविरूद्ध कारवाई केली जाईल, यावरही या लोकांचा विश्वास असत नाही. त्यांचा असा विचार करणे बऱ्याच अंशीं खरेही असते. मी अशा लोकांना नेमके ओळखून

त्यांच्याविरूद्ध गुंडा ॲक्टखाली कारवाई करून त्यांच्यावर जिल्हाबंदीची कारवाई करायला सुरूवात केली.

पंधरा दिवसांतच याचे परिणाम दिसून आले. आता लोकांचा पोलीसांवरील विश्वास वाढला होता. पोलीस ठाण्यावर येण्याची त्यांच्या मनातील भीती खूप मोठ्या प्रमाणात कमी झाली होती. आता कोणीही व्यक्ती कोणाही दलालाच्या मदतीशिवाय आणि कोणाच्याही अडथळयाशिवाय पोलीस स्टेशनवर तक्रार घेऊन जाऊ शकतो, अशी आता लोकांमध्ये चर्चा व्हायला लागली होती. गाव आणि गल्लीतील ज्या गुंडाविरूद्ध कारवाई करण्यात आली होती, त्यामुळेही लोकांच्या मनातील गुन्हेगारांविषयीची भीती कमी झाली होती. ते लोक आता पुढे येऊन आपल्या गल्लीतील लहान मोठ्या गुंडाविरूद्ध बोलायला लागले होते. एकूण काय तर ठाण्यावर येणारी कोणतीही तक्रार काळजीपूर्वक ऐकून घेऊन तिचे निराकरण केल्यामुळे लोकांचा पोलीसांवरील विश्वास वाढला होता. सामान्य माणूस अधिकाऱ्यांपर्यंत जाऊ शकत होता आणि त्यांच्या तक्रारीवर लगेच कारवाई होऊ लागली होती.

या कारवाईनंतर मी या निर्णयावर आलो, की पोलीस जर प्रत्येक माणसाला भेटण्यासाठी उपलब्ध असतील, त्यांनी आपली संवेदनशीलता कायम ठेवली असेल, सामान्य माणसाला पोलीसांकडे जाण्याची भीती वाटत नसेल आणि त्याची तक्रार ऐकून पोलीस जर नि:पक्षपातीपणे कारवाई करीत असतील, तर लोकांच्या मनात पोलीसांबद्दलचा विश्वास वाढल्याशिवाय राहणार नाही. तसेच मुळात पोलीस आपल्या मदतीसाठी आहेत, ही भावना त्यांच्या मनात निर्माण झाल्याशिवाय राहणार नाही.

फुलपूरमधील प्रशिक्षणापूर्वी मला कधी कधी असे वाटायचे, की मी अभिमन्यूप्रमाणे एखाद्या चक्रव्युहात तर अडकलो नाही ना? जिथे सर्व रस्त्यांची गुंतागुंत झाली असून बाहेर पडण्याचा मार्गच सापडत नाही. 'अर्धसत्य' चित्रपटाच्या नायकाप्रमाणे मला निराशा घेरून तर टाकणार नाही ना? मला सारे आयुष्य कोंडमारा सहन करीत तर काढावे लागणार नाही ना? कधी कधी मला असे वाटायचे की मला एखाद्या चौकात उभे केले असून काही लोकांनी माझ्या पायांवर आपले क्रुर पंजे ठेवले आहेत. ते सर्व माझ्या ओळखीचे चेहरे असून त्यातील काही तर माझ्या डिपार्टमेंटचेच आहेत. काही समजातील विशिष्ट प्रकारचे प्रभावी लोक आहेत आणि काही लोकांनी आपल्या

खांद्यावर पैशांनी भरलेल्या थैल्या घेतल्या आहेत. पण फूलपूरमधील अनुभवानंतर मात्र मला विश्वास वाटायला लागली की, क़ोणत्याही प्रकरणाच्या मुळाशी जाऊन, माणूसकीच्या दृष्टिकोनातून विचार करीत संवेदनशील मनाने आणि निरपेक्ष भावनेने चांगल्या लोकांशी मित्रत्वाच्या नात्याने तसेच दुष्टांशी कठोरपणे वागल्यावर पोलीस आणि सामान्य जनता यांच्यामध्ये समन्वय निर्माण केला, तर अवघडातील अवघड चक्रव्यूह भेदणे आणि त्यातून सहीसलामत बाहेर पडणे सहज शक्य आहे.

* * *

“जुम्मन शेख याच्या मनात सरपंचाचे उच्च पद ग्रहण केल्यावर आपल्यावरील जबाबदारीचे भाव निर्माण झाले. त्याने विचार केला, ‘सध्या मी न्याय आणि धर्माच्या सर्वोच्च आसनावर विराजमान झालो आहे. पंचाच्या तोंडातून बाहेर पडणारा प्रत्येक शब्द हा प्रत्यक्ष परमेश्वराची वाणी असते. अशा या देवावाणीत माझ्या मनातील विकार कधीही अंतर्भूत होता कामा नयेत. सत्यापासून थोडेही बाजूला ढळणे माझ्यासाठी योग्य होणार नाही.”

(मुन्शी प्रेमचंद यांच्या ‘पंच परमेश्वर’ या कथेतून)

४

'पंचा' मुखी परमेश्वर की...असूर!

हरिद्वार तालुक्यातील रूडकी हे अतिशय महत्त्वाचे शहर आहे. इथे सुमारे दीडशे वर्षांपूर्वी देशातील पहिले इंजिनिअरिंग कॉलेज 'थॉमसन कॉलेज ऑफ इंजिनिअरिंग' या नावाने स्थापन करण्यात आले होते. नंतर ते रूडकी इंजिनिअरिंग युनव्हर्सिटी या नावाने लोकप्रिय झाले. सध्या त्याचे रुपांतर आय. आय. टी. मध्ये झाले आहे. हे शहर गंगा कालव्याच्या काठी वसलेले आहे. येथील कालव्यांच्या निर्मितीमध्ये कर्नल कोटले यांच्या इंजिनिअरिंग क़ौशल्याचा उत्कृष्ट नमुना पहायला मिळतो. रूडकीच्या भोवताली सर्वत्र ग्रामिण भाग आहे. येथील संस्कृती आणि लोकपरंपरा हरिद्वारऐवजी सीमावर्ती भागातील मुजफ्फरनगर आणि सहारनपूरशी जास्त जवळची आहे.

१९९६ साली रुडकीच्या या परिसरात एक अशी घटना घडली, की त्यामुळे संपूर्ण मानव जातीची आणि आपल्या शेकडो वर्षे जुन्या असलेल्या न्याय परंपरेची मान लाजेने खाली झुकली. ही एका वीस वर्षाच्या मजूराच्या आणि त्याच्या पत्नीच्या बाबतीत घडलेली लज्जास्पद आणि क्रुर घटना आहे. यामध्ये पंचायतीने न्यायाच्या नावाखाली त्या महिलेवर घोर अन्याय केला होता. तसेच तिच्या मदतीसाठी गावातील कोणीही व्यक्ती पुढे आली नव्हती.

एके दिवशी मी हरिद्वार येथील एस. एस. पी. कार्यालयात बसून काम करीत असताना ठाणे प्रमुखाचा मला फोन आला. तो अतिशय घाबरलेल्या आवाजात बोलत होता. त्याने सांगितले की मजुरासारखा दिसणारा एक माणूस जवळच्या गावातून बैलगाडीने आला आहे. त्या बैलगाडीतील मोडक्या-तोडक्या खाटेवर त्याची पत्नी बेशुद्धावस्थेत पडलेली आहे. ती हालण्या-डुलण्याच्या किंवा काही बोलण्याच्या

अवस्थेत नाही. ठाणे प्रमुखाने मला असेही सांगितले, की गावातील सुमारे १५-१६ लोकांनी त्या महिलेवर सामुहिक बलात्कार केला असल्याचे तक्रारदाराचे म्हणणे आहे.

घटना खरोखरच अमानवी प्रकारची आणि अंगावर शहारे आणणारी होती. अशा वेळी ठाणे प्रमुखाने घाबरण्याऐवजी लगेच कारवाई करण्याची आवश्यकता होती. मी फोनवरूनच त्या महिलेला लगेच इस्पितळात दाखल करण्याचा आदेश दिला. मी स्वतः इस्पितळात जाऊन पुढे घटनास्थळाला भेट देण्यासाठी निघालो. हरिद्वारपासून रुडकी सुमारे ३० किमी दूर आहे. मी रुडकीला पोहचेपर्यंत त्या महिलेला वैद्यकीय उपचार द्यायला सुरूवात झाली होती. मी त्या महिलेकडे पाहिले. ती शून्यात नजर लावून डोळे उघडे ठेवून बेडवर पडली होती. कोणत्याही प्रकारची प्रतिक्रिया व्यक्त करण्याच्या अवस्थेत ती नव्हती. तिच्यावर अतिशय गंभीर मानसिक आघात झाल्याचे उपचार करणाऱ्या डॉक्टरांनी मला सांगितले. त्यामुळे ती काहीही बोलू शकत नाही. शारीरिक पातळीवरही तिच्यात बसण्याची, उठण्याची किंवा चालण्याची शक्ती राहिलेली नाही. अर्थात तिच्या जिवाला आता काही धोका नव्हता, असेही त्यांनी स्पष्ट केले.

मी इस्पितळात पोहचल्यानंतर तिला मिळणाऱ्या वैद्यकीय उपचारात वेग आला. त्या महिलेसाठी चांगल्या प्रकारची औषधे आणि इंजेक्शन उपलब्ध करून देण्यात येत होती. त्या महिलेसाठी ताबडतोब खाजगी वॉर्ड उपलब्ध करून देण्याविषयी मी डॉक्टरांना सांगितले. कारण जनरल वॉर्डामध्ये अशा प्रकारच्या लज्जास्पद घटनेची वारंवार चर्चा झाल्यामुळे तिच्या पतीला अधिक दुःख आणि मानसिक धक्का पोहचण्याची मला भीती वाटत होती.

तिचा पती २०-२२ वर्षांचा एक साधारण स्वरूपाचा मजूर वाटत होता. त्याने फाटके आणि मळलेले कपडे घातले होते. त्याची चौकशी केल्यावर मला असे कळले, की तो आणि त्याची पत्नी त्यांच्या गावाजवळ असलेल्या एका विटभट्टीवर मजुरीचे काम करीत होते. ठेकादाराच्या मुनिमाची त्या मजुराच्या पत्नीवर वाईट नजर होती. हळूहळू त्याने तिला पैसा आणि ऐशोआरामाची लालूच दाखवून आपल्या जाळयात ओढले होते. त्या मजुराचे लग्न झाले तेव्हापासून त्याची पत्नी वीटा आणि दगड देण्याचे काम करीत होती. लग्नाची रंगीत स्वप्ने तिच्यासाठी फक्त स्वप्नेच राहिली होती कारण दहा-बारा तास अंगमेहनतीचे काम केल्यावर ती आणि तिचा पती थकून घरात पडत

असत. वैवाहिक जीवनाचे सुख उपभोगण्याची त्यांच्यात क्षमताच राहत नसे. त्या महिलेला तर कामावरून आल्यावर स्वंयपाक पाणीही करावे लागत असे. मुनिमाच्या वतीने दाखविण्यात येणाऱ्या सुख स्वप्नांत आपल्या या सर्व दुःखापासून सुटका मिळेल, असे तिला वाटत होते. त्यामुळे शेवटी एके दिवशी ही महिला आपला पती आणि धर्माला ठोकरून ठेकेदाराच्या मुनिमासोबत त्याच्या मोटारसायकलवर बसून पळून गेली.

या मजुराने ठेकेदाराशी बोलून आपल्या पत्नीला शोधून काढण्याविषयी विनंती केल्यावर ठेकेदाराने त्याला मदतीचे आश्वासन दिले. ठेकेदाराने आश्वासन दिल्यावरही तिचा मजूर पती सायकलवर फिरून तिचा इकडे तिकडे शोध घेत होता. शेवटी एक महिन्यानंतर त्याने आपल्या पत्नीला शोधून काढले. या एका महिन्यात मुनिमासोबत ऐशोराम करण्याची त्या महिलेची सर्व स्वप्ने धुळीला मिळाली होती. त्या मुनिमाचे आपले कुटुंब होते. त्यांच्यासाठीही त्याला खर्च करावा लागत होता. या नवतरुणीला त्याने आपली रखेली बनविले होते. त्याचे मन झाल्यावर तो तिच्याकडे येत असे आणि बाकी सारा वेळ तो आपल्या कुटुंबासोबत घालवीत असे. हळूहळू मुनिमाने तिला पैसे आणि आवश्यक वस्तू देणेही बंद केले. त्या महिलेला नेहमी समाजापासून लपून रहावे लागत होते. अशा बंदीवासातील जीवनापेक्षा तिला आपले दगड-विटा वाहण्याचे जीवन चांगले वाटत होते आणि तिला राहून राहून आपल्या पतीची आठवण येत होती.

शेवटी एक महिन्यानंतर ठेकेदाराच्या दबावामुळे मुनिमाने त्या मजुराला त्याची पत्नी परत केली. गरीब बिचाऱ्या त्या मजुराने ही घटना म्हणजे आपल्या नशिबाचे भोग आहेत, असे समजून सारे काही स्वीकारले. पैशेवाल्या आणि प्रभावी लोकांच्या तावडीतून सुटका होऊन आपली पत्नी आपल्याला परत मिळाली, हेच त्याच्यासाठी खूप होते. त्याला आपल्या पत्नीसोबत आनंदाने उरलेले आयुष्य घालवायचे होते. त्याच्या मनात काही बदला घेण्याची भावना नव्हती की तशी त्याची परिस्थितीही नव्हती.

तो आपल्या पत्नीला सोबत घेऊन संध्याकाळच्या वेळी आपल्या गावात आला तेव्हा ही बातमी आगीसारखी सर्व गावात पसरली होती. ग्रामीण जीवनाचे खास वैशिष्ट्य असे असते, की तिथे कुणाचेच खाजगी असे काही असत नाही. कोणत्याही

व्यक्तीच्या बाबतीत घडलेली कोणतीही घटना आणि त्या घटनेशी संबंधित सर्व बारीक सारीक तपशील याची सर्वांना लगेच माहिती होत असते. कोणाचेही वैयक्तिक खाजगी आयुष्य क़ाहीच असत नाही. या घटनेबाबत माहिती मिळताच या प्रकरणी विचार विनिमय करून निर्णय घेण्यासाठी गावात राहणाऱ्या तथाकथीत नैतिकतेच्या ठेकेदारांनी घाई गडबडीत लगेच जात पंचायत बोलावली.

पंचायतीच्या समोर एका कोपऱ्यात हे दोघे पती पत्नी अंग चोरून बसले होते. ती महिला पळून गेल्यापासून घरी परत आल्यापर्यंतची सर्व कथा तिच्या नवऱ्याने पंचायतीत सांगितली. मग पंचायतीतील थोरा मोठ्यांनी आणि नैतिकतेच्या ठेकेदारांनी त्या महिलेच्या पळून जाण्याच्या परिस्थितीवर विचार करायला सुरूवात केली. पूर्ण सुनावणी झाल्यानंतर आणि बऱ्याच प्रमाणात विचार विनिमय झाल्यानंतर पंचायतीने त्या महिलेला दोषी ठरविले. ही महिला दुसऱ्या जातीच्या माणसासोबत पळून गेली होती. तिला पळूनच जायचे होते, तर आपल्या जातीत काय पुरूषांची कमी होती का? तिने आपल्या जातीतील सर्व पुरूषांचा अपमान केला आहे, असे पंचायतीचे म्हणणे होते. ठेकेदार, महिलेला पळवून नेणाऱ्याची श्रीमंती आणि त्या मजुराची गरिबीची स्थिती या परिस्थितीकडे पंचायतीने जराही लक्ष दिले नाही. तसेच भविष्यात सुखाने आयुष्य जगण्याच्या त्यांच्या इच्छेची पर्वा केली नाही. म्हणून पंचायतीने असा निर्णय दिला, की त्या महिलेने दुसऱ्या जातीच्या पुरूषासोबत पळून जाऊन स्वतःच्या संपूर्ण जातीची इज्जत आणि सन्मान मातीमोल केला होता. त्यामुळे या जातीच्या गावातील सर्व पुरूषांनी त्या महिलेचा बदला घ्यावा. तिला आपल्या पुरूषत्वाचा पुरावा द्यावा. पंचायतीने त्या महिलेला दोषी ठरविले होते. सर्वात आश्चर्याची बाब म्हणजे दोषी व्यक्तीला आपली बाजू मांडण्यासाठी एकही शब्द बोलण्याची परवानगी देण्यात आली नव्हती.

पंचायतीने आपला निर्णय दिल्यानंतर त्या जातीच्या सर्व पुरूषांत जणू आपले पुरूषत्त्व सिद्ध करण्यासाठी स्पर्धाच लागली. त्या मजुराचे खापराचे एक कच्चे घर होते आणि त्यात एक मोडकी तोडकी बाज होती. त्याच ठिकाणी जातीच्या ठेकेदारांनी त्या

महिलेवर सामुहिक बलात्कार केला. बिचाऱ्या विवश महिलेच्या शरीराशी सारे नराधम अमानुषपणे खेळत होते. तिच्या इज्जतीच्या चिंधड्या होत होत्या. त्यांचा विरोध करण्याची तिच्यात शक्ती नव्हती तसेच त्यांना विरोध करण्यासाठी ती सक्षम नव्हती. तिचा असहाय्य पतीही दरवाजाबाहेर उभा राहिला होता. एकेक करून सोळा लोकांना आता जाताना आणि बाहेर येताना विषण्णपणे पाहत होता. या कुकर्माची सुरूवात रात्रीला सुमारे ९ वाजता झाली होती आणि ती महिला बेशुद्ध पडल्यानंतर मध्यरात्री केव्हा तरी हा प्रकार थांबला होता. खरं तर ती महिला बेशुद्ध झाली तेव्हा ती मेली की काय या भीतीमुळे सारा प्रकार थांबला होता. दुर्दैवाची गोष्ट अशी की गावातील कोणीही वृद्ध जाणाकाराने या घटनेचा विरोध केला नाही. संपूर्ण गावाच्या समोर इतका भयानक आणि गंभीर प्रकार घडत होता, तरीही तो थांबविण्याचा कोणीही प्रयत्न केला नाही. तसेच कोणीही पोलीसात जाऊन याबाबत तक्रार नोंदविण्याची हिमत केली नाही.

सकाळ झाल्यावर त्या मजुराने कोणाची तरी बैलगाडी उसनी घेतली. त्या बैलगाडीत आपल्या पत्नीला ज़्यावर बलत्कार झाला त्या मोडक्या-तोडक्या खाटेसह घातले आणि पोलीस ठाण्यात घेऊन आला. घटनेची माहिती त्याने ठाणे अमंलदाराला दिली. महिलेच्या पतीकडून अशी सर्व माहिती मिळाल्यावर मला जात पंचायतीने घेतलेल्या अशा प्रकारच्या निर्णयाबाबत खूप वाईट वाटले. मला त्यांचा रागही आला. इस्पितळातून मी लगेच ठाणे अमंलदारासह घटनास्थळाकडे निघालो.

गावात पोहचल्यानंतर मी त्या मजुराचे कच्चे घर आणि हा गंभीर गुन्हा घडला ते घटनास्थळ पाहिले. हे घर गावाच्या एका कोपऱ्यात होते. मध्ये एक मोकळे आंगण होते आणि त्याच्या भोवताली लहान सहान खोल्या बांधलेल्या होत्या. त्यापैकी एक खोली त्या मजुराची होती. या मधल्या अंगणातच ही पंचायत भरली होती. जिच्यात हा अतिशय लज्जास्पद, अमानवी आणि पाशवी निर्णय घेण्यात आला होता. घटनास्थळी केलेल्या चौकशीनंतर पूर्ण घटना स्पष्ट झाली होती. त्या पीडित महिलेच्या पतीने सांगितल्याप्रमाणे सर्व घटना तिथे घडली होती.

त्या पीडित महिलेवर सामुहिक बलात्कार करणाऱ्या सर्व सोळा जणांना अटक करण्याचा मी आदेश दिला. त्याशिवाय पंचायतीमध्ये असा निर्णय घेणाऱ्या सर्व पंचांना अटक करण्याचाही आदेश दिला. कारण या गंभीर अपराधातील हे सर्वजण

सह-आरोपी होते. असे केल्यामुळे या भागातील या जातीचे सर्व लोक नाराज होतील, असे मला समजावून सांगण्याचा ठाणे अमंलदाराने अनेक वेळा प्रयत्न केला. ठाण्याच्या क्षेत्रात शांतता आणि सुव्यवस्थेचा प्रश्न निर्माण होऊ शकतो, असेही त्याने सांगून पाहिले. तरीही मी स्पष्टपणे सर्व आदेश दिले होते.

जातीच्या खोट्या मान मर्यादेच्या नावाखाली पंचायतीने अख्ख्या मानवजातील कंलकित केले होते. हे कसे पंच परमेश्वर होते? ज्यांचे मन इतके निर्दयी, निष्ठूर, पाशवी आणि अमानवी होते. द्रौपदीचे वस्त्रहरणही सामान्य वाटावे असा, पूर्ण स्त्री जातीला अपमानित करण्याचा निर्णय देतांना त्यांना काहीच कसे वाटले नाही. अशा या पंच राक्षसांना क्षुल्लक व काल्पनिक भीतीपोटी तत्काळ शिक्षा केली नाही तर जातीच्या नावाखाली. याहूनही घृणास्पद गुन्हे घडत राहतील. त्यामुळेच पंचानाही लगेच अटक करणे गरजेचे होते.

या प्रकरणी त्या जातीच्या काही प्रभावी लोकांकडून त्या महिलेला आणि तिच्या पतीला काही नुकसान भरपाई मिळवून द्यावी आणि हे सारे प्रकरण इथेच मिटवून टाकावे, असा सल्लाही मला ठाणे अमंलदाराने दिला होता. सुरूवातीला या घटनेची मला माहिती देताना ठाणे अमंलदार का घाबरला होता, ते मला आता कळले होते. आपल्या एकूणच व्यवस्थेतील खरी अडचण अशी आहे, की या व्यवस्थेचे संचालन करण्यासाठी जबाबदार असलेले लोक कधीच योग्य दृष्टिकोनातून विचार करीत नाहीत. अशा प्रकारच्या घटनांपासून स्वतःचा बचाव करण्यासाठी अशी प्रकरणे जागीच मिटविण्यावर ते अधिक भर देत असतात. आपल्या कार्यक्षेत्रात इतका गंभीर गुन्हा कसा घडला असे विचारून आपल्यावरच निलंबनाची कारवाई तर होणार नाही ना, अशी त्यांना भीती वाटत असते. त्यामुळेच तो त्यावेळी इतका घाबरला होता. अशा प्रकारचा गुन्हा घडला असेल, तर ठाणे अमंलदार काय करू शकतो? तो सक्रिय होऊन रोखला जाणाऱ्या अपराधांपैकी हा अपराध नव्हता. हा तर एक प्रकारचा सामाजिक अपराध होता. लोकाचा संकुचित दृष्टिकोन आणि घाणेरडी मानसिकता याचा परिणाम होता. जातीच्या सन्मानाच्या नावाखाली त्या महिलेसोबत असा अमानुष अत्याचार करण्यात आला होता. मी माझ्या निर्णयावर ठाम राहून ठाणे अमंलदाराला लगेच सर्व कारवाई पूर्ण करण्यासंबंधी सांगितले. तुझ्या विरूद्ध यामुळे काहीही होणार नाही, असेही मी त्याला आश्वासन दिले. त्यांने जर ही घटना दाबण्याचा प्रयत्न केला

असता, तर मात्र त्याच्यावरही कारवाई झाली असती.

माझ्या आश्वासनानंतर ठाणे अमंलदाराने जोश आणि उत्साह दाखविला. सर्व गुन्हेगार आणि त्यांना हा गुन्हा करण्यासाठी प्रवृत्त करणाऱ्या सर्व पंचायत सदस्यांना अटक करून तुरूंगात पाठविण्यात आले. त्यांच्याविरूद्ध खटला चालविण्यासाठी चार्ज शीट तयार करून न्यायालयात पाठविण्यात आले.

ही घटना किती धक्कादायक होती, याची कल्पना मला दुसऱ्या दिवशी वृत्तपत्रात प्रकाशित झालेल्या बातम्यंवरून आली.दुसऱ्या दिवशी या घटनेची माहिती सर्व प्रादेशिक आणि राष्ट्रीय वर्तमानपत्रातून पहिल्या पानावर ठळकपणे प्रकाशित करण्यात आली होती. तिसऱ्या दिवशी या प्रकरणाची चौकशी करण्यासाठी राष्ट्रीय महिला आयोगही रूडकील आला. महिला आयोग आणि माध्यमांनी या घटनेबाबत दुःख व्यक्त करतानाच पोलीस कारवाईचे कौतुक केले.

आता कुठे ठाणे अमंलदाराला माझे म्हणणे कळले होते. त्यांने ही घटना दडविण्याचा किंवा लपविण्याचा प्रयत्न केला असता, तर तोही एक प्रकारचा गुन्हा झाला असता आणि खाकीने माणुसकीची मदत केली नाही म्हणून खाकीला डाग लागला असता. पीडित व्यक्तीला न्याय न मिळू देणे, हाही तर एक गुन्हा आहे.!

* * *

पाहोमला आपल्या स्वप्नाची आठवण झाली आणि त्याच्या तोंडून एक किंकाळी बाहेर पडली. त्याचे पाय लटपटू लागले आणि तो खाली कोसळला. प्रमुख म्हणाला, 'किती चांगला माणूस होता. त्याने किती जमीन गोळा केली होती.'

पाहोमचा नोकर धावत आला आणि त्याने त्याला उठविण्याचा प्रयत्न केला. पाहोमच्या तोंडातून रक्त आले होते आणि तो मेला होता.

नोकराने फावडे उचलले आणि पाहोमसाठी खड्डा खोदला आणि त्यात त्याला गाडले.

त्याला डोक्यापासून पायापर्यंत फक्त सहा फूट ज़मिनीचीच आवश्यकता होती.

('हाऊ मच लँड इज अ मॅन नीड' या टॉलस्टाय यांच्या कथेतील अखेरच्या ओळी.)

५

भू-माफिया

पोलिसात सर्वाधिक तक्रारी जमिनीसंबंधीच्या भांडणाच्या येतात. कोणी कोणाची जमीन दाबलेली असते, तर कोणी कोणाला आपल्या जमिनीतून रस्ता देत नसतो. कुणी दुसऱ्याच्या जमिनीवर भिंत बांधलेली असते, तर कोणी भिंत पाडलेली असते. इ. इ. कुठे दोन भावांचे भांडण असते, तर कुठे दोन शेजाऱ्यांचे. सर्वच्या सर्व भांडणे जमिनीची. ही काही आज कालची भांडणे नसतात, तर शेकडो वर्षांपासून चालत आलेले असतात. जुन्या काळी गुन्हे होण्याची तीन मुख्य कारणे मानली जात असत, 'सोने, बाई आणि जमीन.' जेव्हापासूंन जमिनीचे भाव गगनाला भिडले आहेत, तेव्हापासून त्यात एक नवीन घटक सामील झाला आहे, तो गुंडांचा,.बदमाशाचां आणि माफियांचा! धनबल आणि बाहुबल याचा असा एक मिलाफ घडून आला आहे, की तो जमिनीवर कब्जा करण्यात अतिशय तरबेज झाला आहे. इतका, की त्याला पोलीस आणि कोर्ट कचेरीचीही काही भीती वाटत नाही. पोलीस आणि कोर्ट कचेरीत गेल्यावर इतक्या कायदेशीर कटकटी सहन कराव्या लागतात की त्यापेक्षा थोडेसे पैसे खर्च करून समझोता केलेला बरा या सामान्य माणसाच्या मानसिक कमकुवतपणाचा भू माफिये फायदा घेत असतात.

माफियांचे आपले एक खास तंत्र आणि खास व्यवस्था विकसित होत गेली आहे. हे लोक जमिनीवर कब्जा करणे, केलेला कब्जा काढायला लावणे, खोटी कागद पत्रे तयार करणे, खोटे खरेदी खत तयार करणे, खोटे मृत्यूपत्र तयार करणे यामध्येही तरबेज असतात. रजिष्ट्री कार्यालयापर्यंत यांची पोहच असते. कधी कधी तर हे लोक दुसऱ्याच्या जमिनीचीही परस्पर रजिष्ट्री करतात. कधी कधी ते एकाच जमिनीची दोन-तीन वेळा रजिष्ट्री करतात. 'खोसला का घोसला' या चित्रपटाची कथा म्हणजे

याच व्यवस्थेचा एक भाग आहे.

अशा प्रकरणात पोलिसांची भूमिका फारसी सकारात्मक नसल्याचे बहुतेक वेळा आढळून येते. पैसा आणि प्रभावी लोकांची दखल यामुळे पोलीसही कळत न कळत माफियांनाच प्रोत्साहन देण्याचे काम करते. पोलीसांच्या भूमिकेचे दोन गुण आहेत, जे सामान्यपणे पीडिताच्या विरुद्ध जातात. पहिली गोष्ट अशी की भांडण झाल्यावर पोलीस दोन्ही बाजूच्या लोकांना आत टाकतात. पोलिसांचे हे वागणे गुंड, बदमाश आणि माफिये यांना खूप उपयुक्त ठरते. कारण माफिये आपल्यासोबत गुंडे आणि बदमाश पाळत असतात. त्यांना तुरूंगात जाण्याची भीती वाटत नसत. याच कामाचे तर त्यांना पैसे मिळत असतात. दुसऱ्या बाजूला सामान्य माणूस मात्र नुसते तुरुगांत जायचे नाव काढले, तरी चळाचळा कापायला लागतो. शेवटी पोलीसांनाच नसता त्रास सहन करावी लागते कारण सामान्य माणसाने शेवटी त्रस्त होऊन मिळेल त्या क़वडी मोलाने आपली संपत्ती विकावी, हाच तर भू माफियांचा उद्देश असतो.

पोलिसांच्या प्रतिमेला काळिमा फासणारी पोलिसांची दुसरी महत्त्वाची गोष्ट म्हणजे, ‘ही पोलीस केस नाही. हा दिवाणी मामला आहे. त्यासाठी तुम्ही कोर्टात जाऊन दावा दाखल करा’ अशी भूमिका घेऊन पोलीस जमिनीच्या प्रकरणात आपले हात झटकत असतात. याच्यामागेही पैशांचा किंवा प्रभावी माणसांचा हात असतो. अशा प्रकरची कारणे पोलीस आपल्या सोयीनुसार सांगत असतात. प्रकरण फौजदारी आहे की दिवाणी आहे, हे सर्वसाधारणपणे केसच्या स्वरूपावर अवंलबून असत नाही, तर त्यामध्ये अनेक प्रकारच्या स्वार्थाच्या बाबा अंतर्निहित असतात. काही वेळा माफियांच्या दबावाखाली येऊन पोलीस सदर प्रकरण दिवाणी असल्याचे सांगतात आणि प्रकरण दाबण्याचा प्रयत्न करतात.

खरं तर वास्तविक स्थिती अशी आहे, की आजच्या काळात कोणताही दिवाणी दावा किवा प्रकरण पोलीसांच्या मदतीशिवाय सोडविला जाऊ शकत नाही. एखाद्याने कुण्या एकाची जमीन खोट्या मृत्यूपत्राच्या आधारे विकली असेल, तर हे सरळ सरळ

फसवेगिरीचे गुन्हेगारी प्रकरण असते. पण हे न्यायालयाचे प्रकरण आहे, असे सांगून टाळल्यामुळे पीडित व्यक्तीला कधीही न्याय मिळत नाही. अशाच प्रकारे दुसऱ्या एखाद्या पार्टीने गुडांच्या मदतीने एखाद्याच्या घरातील सामान उचलून बाहेर फेकले तर हे सरळ सरळ गुन्हेगारी प्रकरण होते. पण असे लोक धन, शक्ती आणि बाहुबलाच्या आधारे अशी प्रकरणेही दिवाणी ठरविण्याच्या मागे लागलेले असतात.

एकदा एक म्हातारे गृहस्थ आपल्या सुनेसोबत मला भेटण्यासाठी आले. ते गृह्स्थ केंद्रिय अर्धसैनिक दलातून इन्सपेक्टर म्हणून रिटायर झाले होते. त्याने जीवनभर अतिशय प्रामाणिकपणे नोकरी केली होती. निवृत्तीनंतर जीपीएफ, ग्रॅच्युअटी असे मिळून त्याच्याकडे बारा लाख रुपये जमा झाले होते. आयुष्यभर पॅरामिल्ट्री फोर्समधली धावपळीची नोकरी केल्यानंतर आता त्याला एखाद्या ठिकाणी शांतपणे बसून आपले उर्वरित आयुष्य घालवायचे होते. आता त्याला पॅरामिल्ट्रीसारखा रोज रोज बाड बिस्तरा उचलायची इच्छा नव्हती.

तो स्वतःसाठी जमिनीचा शोध घेत होता तेव्हा त्याची गाठ एका जमीन विकणाऱ्या टोळक्याशी पडली. या ग्रुपने त्याला जी जमीन दाखवली ती त्याला आवडली. कारण ती त्याच्या सर्व प्रकारच्या गरजा पूर्ण करणारी होती. शिवाय तिची किमतही जवळपासच्या इतर जमिनीच्या तुलनेत कमी होती. शेवटी बारा लाखात त्या जमिनीचा व्यवहार पक्का झाला. त्याने पैसे देऊन त्या जमिनीची रजिस्ट्री केली.

हा निवृत्त इन्सपेक्टर त्या जमिनीचा ताबा घ्यायला गेला तेव्हा तिथे दुसरेच कोणी तरी ठाण मांडून बसले होते. त्याने त्या व्यक्तीची कागद पत्रे पाहिली आणि रजिस्ट्री कार्यालयात जाऊन खात्री करून घेतली तेव्हा खरोखरच सदरची जमीन त्याच क़ब्जेदार व्यक्तीच्या नावे होती. त्या जमिनीवर आता त्याचाच ताबा होता. तेव्हा या इन्सपेक्टरला आपल्याला फसवल्याची जाणीव झाली. सुरूवातीला त्याने जमिनीचा मालक आणि ताबेदार याच्याशी भांडण करण्याचा प्रयत्न केला, पण नंतर त्यात त्याची काही चूक नसल्याचे त्याला कळून चुकले. भू माफियांनी आपल्याला बारा लाख रूपयांना चुना लावला असल्याचे त्याच्या लक्षात आले. ही फसवणूकही इतक्या चतुराईने करण्यात आली होती, की त्या भोळया भाबड्या निवृत्त इन्सपेक्टरला त्याची कल्पनाही आली नाही. अशा वेळी तो त्या भू माफियाकडे आपले पैसे परत मिळविण्यासाठी गेला. आता त्यांची वागण्याची पद्धत बदलली होती आणि त्यांनी पैसे

परत देण्यास नकार दिला. ते इन्सपेक्टरला म्हणाले, 'होय, ही जमीन त्या ताबेदाराच्या नावे आहे, तुझ्याही नावे आहे. तुझ्यात हिंमत असेल, तर तू तिच्यावर आपला कब्जा कर.'

सेवानिवृत्त इन्सपेक्टरने त्या भागातील संबंधित अधिकाऱ्यांशी संपर्क साधून दबाव आणण्याचा प्रयत्न केला, आपले पैसे परत मिळावेत इतकीच त्याची इच्छा होती; पण भू माफियांचे संबंध त्याच्यापेक्षा वरपर्यंत होते शिवाय माफियाजवळ असलेल्या गुंडांमुळे त्याच्याशी पंगा घेण्याची कोणी हिमत करीत नव्हते. त्या भागातील समजूतदार लोकांनी या प्रकरणात लक्ष घालायला नकार दिला. शक्य असेल तर या प्रकरणी त्याने वरीष्ठ पोलीस अधिक़ाऱ्याकडे जावे, असा त्या इन्सपेक्टरला सल्ला दिला. अशा वेळी त्याच्याकडे दुसरा कोणताही पर्याय नव्हता. आपली घामाची कमाई आणि म्हातारपणाचा सहारा तो इतक्या सहजा सहजी सोडायला तयार नव्हता

पोलीस ठाण्यावर तर त्या भूमाफियाच्या गटाने आधीच आपला ताबा मिळविला होता. कारण ही काही त्यांच्या विरोधातील पहिली केस नव्हती. अशा प्रकारे किती तरी लोकांची त्याने फसवणूक केली होती. संपत्ती आणि बाहुबळाच्या जोरावर अशा प्रकारची प्रकरणे दाबून टाकीत जात असल्याचे मी सुरूवातीलाच स्पष्ट केले आहे. अशा प्रकारे त्रस्त झालेली ती म्हातारी व्यक्ती शेवटी पोलीस ठाण्यात गेली तेव्हा त्यालाही तेच ठरलेले उत्तर देण्यात आले. ठाणेदाराने त्याला सांगितले, की ही दिवाणी केस आहे, पोलीस यामध्ये काही करू शकत नाहीत. त्याने न्यायालयाचा दरवाजा ठोठावायला हवा. तिथूनच त्याला न्याय मिळेल. आता त्याने वकिलांचे उबंरठे झिजवायला सुरूवात केली. न्यायालयात तर अशी प्रकरणे कित्येक वर्ष ताटकळत पडली असल्याचे त्याच्या लक्षात आले. त्यामुळे त्या जमिनीचा आपल्याला ताबा मिळेल तेव्हा आपले आयुष्य संपलेले असेल, याची त्याला जाणीव झाली. एकूण काय तर न्यायालयात जाण्यासारखी आपली परिस्थिती नाही आणि तिथे ख़र्चण्यासाठी आपल्याकडे पुरेसा पैसा नसल्याचे त्याच्या लक्षात आले.

चहुबाजूने न्याय मिळण्याची काहीच शक्यता दिसत नव्हती तेव्हा त्या म्हाताऱ्या गृहस्थाला कोणी तरी मला भेटण्याचा सल्ला दिला. तिथे गेल्यावर काही तरी मार्ग निघू शकेल, असे त्याला सांगणाराने सांगितले. त्या वृद्धाने आपल्या बाबतीत घडलेली सर्व घटना मला सांगितली. जवळपास पाया पडल्यासारखी विनवणी करीत तो म्हणाला,

"साहेब, माझी आयुष्यभराची कमाई भू माफियांनी हडपली आहे. मला जमिन मिळाली नाही की माझे पैसे परत मिळाले नाहीत. सर्व ठिकाणी खेटे घालून मी थकलो आहे. आता तुमच्याकडूनच मला थोडी फार आशा आहे."

त्याची सर्व कथा ऐकल्यावर तो म्हातारा फसवला गेला आहे, याची मला खात्री पटली. ठाणे अमंलदाराने त्याच्याशी ज्या प्रकारे गोड बोलून त्याला न्यायालयात जाण्याचा सल्ला दिला होता, त्यावरून त्या माफियाने ठाण्यावर आपला कब्जा मिळविला असल्याचे स्पष्ट जाणवत होते. माझ्या दृष्टीने ही सारी घटना म्हणजे आयपीसीच्या ४२० कलमांतर्गत येणारा फसवणुकीचा प्रकार होता. या कलमांतर्गत फक्त दोनच गोष्टी घडणे आवश्यक असते. पहिली गोष्ट म्हणजे एखाद्याला चुकीच्या किंवा गैर मार्गाने फायदा मिळवून देण्याची नियत असणे आणि दुसरी कोणाला फसवणे. त्याने सोबत आणलेल्या सर्व कागद पत्रांचा मी बारकाईने अभ्यास केला. त्याचे म्हणणे खरे असल्याचे मला त्यावरून जाणवत होते. त्या बिचाऱ्याची आयुष्यभराची सर्व कमाई त्या माफियांनी एका झटक्यात हडप केली होती आणि त्याला दारोदार भटकण्यासाठी छत्रविहिन केले होते. त्याच्याशिवाय प्रत्येक संबधित व्यक्तीने आणि विभागाने आपले हात झटकले होते. मी सत्याची सोबत करण्याचा निर्णय घेतला आणि कायदेशीररित्या त्या माफियांना कशा प्रकारे शिक्षा करता येईल, याचा मी विचार करू लागलो. मी ठाणे अमंलदाराला एफ आय आर लिहून घेण्याविषयी स्पष्ट शब्दात आदेश दिले. तसे त्यानेही मला चुकीची माहिती देण्याचा प्रयत्न केला, की हे दिवाणी प्रकरण असून पोलिसांनी यात पडण्याचे काहीच कारण नाही.

पोलीस विभागात आजही मोठ्या प्रमाणात प्रामाणिक अधिकारी आहेत. पण आपल्या हाताखाली असलेल्या अधिकाऱ्यांचा पैशाचा खेळ समजून घेऊ शकतील, इतकी त्याची त्यावर पकड नाही. ते सामान्यपणे अशा सूचना देतात, की जमिनीच्या प्रकरणात पोलीसांनी दखल द्यायला नको. तसेच अशा प्रकरणात दोन्ही बाजूवर दंड ठोठवायला हवा आशा प्रकारचा दृष्टिकोन बाळगणे हे निखलास चुकीचे आहे, असे माझे मत आहे. कारण अशा सूचनांचा खालचे पोलीस अधिकारी आपल्या स्वार्थासाठी बिनधोकपणे वापर करीत असतात.

अशा वेळी जिथे त्यांना आपला फायदा दिसायला लागतो, तिथे हे अशी भूमिका घेतात,की पोलीसांनी अशा प्रकरणात पडता कामा नये. खरं तर आजच्या काळात

एकूण परिस्थिती अशी आहे, की पोलीसांच्या सहभागाशिवाय जमिनीचे कोणतेही प्रकरण निकाली निघू शकत नाही. अशाच प्रकारे जिथे हे स्पष्टपणे दिसत आहे, की पीडित व्यक्तीची बाजू सत्य आहे, दुसरीकडे दुसऱ्या पक्षाच्या वतीने गुंडाच्या आधारे जबरदस्ती केली आहे. अशा वेळी दोघांवरही कारवाई करण्याचा काही अर्थच असत नाही. आपण खरं तर पीडित पक्षाची मदत करायला हवी. तसेच ज्यांनी गुंडाच्या आधारे बळजबरीने कब्जा मिळविला आहे, किंवा जे गुन्हेगाराच्या मदतीने कब्जा खाली करायला भाग पाडतात, त्यांना तुरूंगात पाठवायला हवे. पीडित पक्षाला पोलीसांचे संरक्षण मिळायला हवे. दोन्ही पक्षांवर कारवाई करण्याच्या नावाखाली पीडित पक्षाला पुन्हा त्रास देण्याचे काम करू नये. अशा प्रकारचे निर्देश देणारे बहुतेक पोलीस अधिकारी प्रामाणिक असल्याचे आढळून आले आहे, पण खालील पोलीस अधिकारी कशा प्रकारे आपला स्वार्थ साधतात आणि पीडित पक्षाला किती त्रास देतात, ही गोष्ट काही वरिष्ठांना कळत नाही.

ठाणे अधिकाऱ्याला मी एफ आय आर दाखल करण्याचे स्पष्ट निर्देश दिल्यानंतर काही तासातच मला शहारातील काही प्रभावी व्यक्तींचे फोन आले. हे प्रकरण दिवाणी असून त्यात पोलीस का दखल घेत आहेत, असा तर्क लढविण्याचा त्यांचा प्रयत्न सुरू होता. हे फोन भू माफियांच्या वतीने माझ्यावर दबाव आणण्यासाठी करण्यात आल्याचे लगेच माझ्या लक्षात आले. तरीही मी माझ्या निर्णयावर ठाम होतो. त्यामुळे माझ्या निर्देशानुसार सर्व सहा लोकांच्या विरोधात एफ आय आर दाखल करण्यात आला. त्यांच्यापैकी दोघांना अटकही करण्यात आली. या माफियांची टोळी दिल्ली लगतच्या नोएडामध्ये राहत होती. त्यांना अटक करण्यासाठी मी नोएडाला पोलीस पाठविले. पण त्यांनी पैशांच्या बळावर गर्दी जमा करून पोलिसांवरच हल्ला केला. त्यामुळे पोलीसांना रिकाम्या हाताने परत यावे लागले. याच दरम्यान माफियाच्या प्रमुखाने चाणाक्ष वकिलांच्या मदतीने उच्च न्यायालयातून अटकेला स्टे मिळविला.

या दरम्यान रिटायर्ड इन्सपेक्टर सतत माझ्याशी संपर्क साधून होता. याच माफियांनी इतर काही लोकांनाही अशाच प्रकारे फसविले होते. अशा काही लोकांनाही त्या इन्सपेक्टरने शोधून काढले होते. एके दिवशी दुसऱ्या एका व्यक्तीला घेऊन तो माझ्या कार्यालयात आला. त्या व्यक्तीलाही या माफियांनी अशाच प्रकारे फसविले

होते. त्या व्यक्तीच्या वतीनेही मी एफ आय आर दाखल करायला लावला. इतकेच नाही तर उच्च न्यायालयात युक्तिवाद करून माफिया प्रमुखाच्या अटकेवर देण्यात आलेला स्टेही रद्द करायला लावला. सतत प्रयत्न करून अखेरीस सर्व सहाच्या सहा लोकांना अटक करण्यात आली. या प्रकरणी आरोपपत्र तयार करून ते न्यायालयात दाखल करण्यात आले. त्याचबरोबर सर्वच्या सर्व सहा लोकांच्या विरोधात गँगस्टर ॲक्टअंतर्गतही कारवाई करण्यात आली.

या घटनेला बरोबर चार वर्षे लोटल्यानंतर माझी दुसऱ्या ठिकाणी बदली झाली होती आणि मी ही घटना पूर्णपणे विसरून गेलो होतो. तेव्हा एका संध्याकाळी त्याच रिटायर्ड इन्सपेक्टरचा मला फोन आला. यावेळी त्याचा आवाज थकलेला आणि पराभूत नव्हता, तर त्याच्या आवाजातून आनंद व्यक्त होत होता. फसवणुकीची ही केस इतकी जबरदस्त होती, की माफियाची टोळी न्यायालयात टिकाव धरू शकली नाही. मध्येच त्यांनी माझे बारा लाख रूपये परत करून माझ्याशी समझोता केला. माझे सर्व पैसे मला परत मिळाले आहेत.

पोलीसांनी घेतलेल्या योग्य भूमिकेमुळे त्या माफिया टोळीला तुरूंगाची हवा खावी लागली. तसेच लोकांसमोर त्यांचा बुरखाही फाडला गेला. फोनवर त्या इन्सपेक्टरचे बोलणे ऐकून मला मनापासून आनंद झाला होता. कारण एका सामान्य प्रामाणिक माणसाला त्याचा हक्क मिळाला होता. इतकेच नाही तर त्याच्यासारखे अनेक लोक नंतर अशा प्रकारची फसवणूक होण्यापासून वाचले होते.

* * *

या जगात खेळणे, पळणे आणि पडून धावण्यासाठी
माझ्याजवळ एकही गल्ली उरली नाही !
सायकल चालविण्यासाठीही कोठेच जागा नाही
लपण्यासाठी किंवा रांगण्यासाठीही कुठे जागा नाही.

माझी पुस्तके, बाहुली आणि खेळणी घेऊन
मी एक सात वर्षांची मुलगी आहे -
मी शांत वातावरणात का बागडू शकत नाही?
शेवटी माझेही तर हेच जग आहे !

('सात वर्षांची एक मुलगी संध्या' रामचंद्रन यांच्या कवितेतून
'व्हाय कान्ट आय स्माईल इन पीस' चा अनुवाद.)

६

दहशतवादाशी सामना

हिमालयाच्या कुमाऊ आणि गढवालच्या डोंगरी भागाच्या पायथ्याशी असलेला भाग तराई नावाने ओळखला जातो. या अंतर्गत उत्तराखंडचे उधमसिंग नगर आणि नैनितालसह उत्तर प्रदेशचे बिजनौर, रामपूर, पीलभीत, शाहजहांपूर आणि खीरी रामपूर जिल्ह्यांचा काही भाग येतो. उधमसिंगनंगरचा तर पूर्ण तालुकाच तराई भागात येतो.या भागात मुळात थारू आणि बुक्सा जमातीचे लोक राहत होते. हा भाग घनदाट जंगल, दलदलीची जमीन, मलेरिया पसरवणारे डास आणि सिंह, चित्ते, वाघ, हत्ती आणि इतर हिंस्त्र व दुर्मिळ जंगली जनावरांसाठी प्रसिद्ध आहे. इथे राहणारे लोक जंगली वनस्पती आणि जंगली प्राणी यांच्यावरच आपली उपजिविका करतात.

ब्रिटिश राजवटीत हाच भाग जिम कार्बेट यांचे कार्यक्षेत्र राहिला आहे. जगप्रसिद्ध असलेले राजाजी नॅशनल पार्क आणि कार्बेट नॅशनल पार्क ही राखीव अभयारण्येही याच भागात येतात. स्वातंत्र्यानंतर या भागात बाहेरून आलेल्या निर्वासितांना वसविले जाऊ लागले. त्यांना शेती करण्यासाठी येथील जमिन देण्यात आली. सुरूवातीच्या काळात पाकिस्तान सोडून आलेल्या शिख शेतकऱ्यांना या भागात राहण्यासाठी आमंत्रित करण्यात आले. त्यानंतर बंगलादेशातील शरणार्थी आणि पूर्व उत्तर प्रदेशातील स्वातंत्र्य सैनिकांना तसेच विद्यार्थ्यांना येथील जमिनी देण्यात आल्या. आता येथील लोक आधुनिक पद्धतीने शेती करतात. या शिख शेतकऱ्यांनी जंगलातील डास, अजगर आणि जंगली जनावरांचा सामना करीत आपला घाम गाळून दलदल असलेला हा भाग पिकांनी डोलणाऱ्या शेतीत परिवर्तीत केला.

ऐंशीच्या दशकात पंजाबमध्ये खलिस्तानच्या मागणीसाठी दहशतवादाने डोके वर

काढायला सुरूवात केली. स्वातंत्र्यानंतर भारतासमोर ज्या काही मोठ्या समस्या उभ्या राहिल्या त्यामध्ये दहशतवाद हे एक मोठे आव्हान होते. १९८४ पर्यंत तरी तराई विभाग पंजाबमधील दहशतवादापासून दूर होता. १९८४ मध्ये झालेल्या ऑपरेशन ब्ल्यूस्टार नंतर तसेच त्यानंतर देशात वाढलेल्या दहशतवादी घटनानंतर मात्र अचानक परिस्थिती बदलली. पंजाबमध्ये सुरक्षा दलांच्या वाढत्या दबावामुळे दहशतवाद्यांनी तराई भागात आश्रय घ्यायला सुरूवात केली. दहशतवाद्यांना असरा मिळविण्यासाठी तराई भाग एक चांगला परिसर म्हणून उदयास आला. कारण इथे लपण्यासाठी घनदाट जंगलाशिवाय समृद्ध शेतकरीही होते. त्यांना भूलवून, धर्माच्या नावावर किंवा भीती दाखवून आपल्याशी जोडून घेणे या दहशतवाद्यांना सहज शक्य झाले. काही स्थानिक लोकांनी आपल्या वैयक्तिक स्वार्थासाठी तसेच वैयक्तिक गोष्टींचा बदला घेण्यासाठीही पंजाबमधून या दहशतवाद्यांना तराई भागात आमंत्रित केले होते. तराई भागातील पहिला मोठा दहशतवादी बलविंदर सिंग उर्फ बिंदा अशाच प्रकारे आपल्या शेजारी जमिनदारामुळे परेशान होऊन त्याचा बदला घेण्यासाठी पंजाबात गेला होता. तिथून प्रशिक्षण घेऊन शस्त्रास्त्रासह परत आला आणि तराई भागात खलिस्तान कमांडो फोर्सच कुप्रसिद्ध दहशतवादी झाला होता.

१९८५ पासूनच तराई विभागात या दहशतवाद्यांनी आश्रय घ्यायला तसेच बारीक सारीक घटनांच्या माध्यमातून आपली दहशत पसरवायला सुरूवात केली होती. ते तिथे गुपचूपपणे आपले हात पाय पसरू लागले होते. उत्तर प्रदेश सरकार मात्र अनेक वर्षे या भागातील दहशतवाद्यांच्या वावर असल्याचे नाकारीत होते. अशा प्रकारच्या घटना या साधारण गुन्हेगारी घटना आहेत, असे उत्तर प्रदेश सरकारचे म्हणणे होते. चार पाच वर्षांनंतर जेव्हा उत्तर प्रदेश सरकार आणि उत्तर प्रदेश पोलीसांनी या भागातील दहशतवाद्यांच्या उपस्थितीचा स्वीकार केला तोपर्यंत खूप उशीर झाला होता. एकट्या नैनीताल भागात दहशतवादाशी संबंधित तोपर्यंत शंभर

एक घटना घड़ल्या होत्या. या सर्व घटनांमध्ये सर्वात मोठी घटना रुद्रपूर येते ऑक्टोबर १९९१ मध्ये रामलीलेच्या दरम्यान झाली होती. ती एक जाणीवपूर्वक आणि दहशत पसरविण्याच्या उद्देशाने केलेली बॉम्बस्फोटाची घटना होती. या घटनेमध्ये दहशतवाद्यांनी सायकलला आरडीएक्स बांधून रिमोट कंट्रोलच्या सहाय्याने या सायकलीचा स्फोट घडवून आणला होता. रामलीला मैदानातील स्फोटानंतर लोक इस्पितळात पोहचले तेव्हा अवघ्या २० मिनिटानंतर इस्पितळातही एक स्फोट घडवून आणला कारण या वेळेपर्यंत तिथे खूप मोठी गर्दी जमा झाली होती. स्फोटाच्या या घटनेत सत्तरहून अधिक लोक ठार झाले होते आणि शंभरपेक्षा जास्त लोक जखमी झाले होते. या घटनेची जबाबदारी भिंद्रानवाले सॅफरन टायगर्स ऑप खलिस्तान (बी. एस. टी. के.)या दहशतवादी संघटनेने स्वीकारली होती. तराई भागात या संस्थेचे काम स्वर्ण सिंग जवन्दा पाहत होता.

या घटनेने तत्कालीन उत्तर प्रदेश सरकारला हादरवून सोडले होते. यानंतर दहशतवाद्यांचा सामना करण्यासाठी तराई भागात खूप मोठ्या प्रमाणात पोलीस फोर्स तैनात करण्यात आला. तसेच केंद्र सरकारच्या वतीनेही केंद्रिय निम लष्करी दलाच्या अनेक तुकड्या तराईत पाठविण्यात आल्या. पोलीसांच्या तुलनेत दहशतवाद्यांकडे तांत्रिकदृष्ट्या अतिशय विकसित असलेल्या आणि अचूक निशाणा साधणाऱ्या ए. के. ४७ रायफली, नाईट व्हिजन डिव्हाईस, उच्च फ्रिक्वेन्सीचे कॉर्डलेस फोन आणि इतर अत्याधुनिक उपकरणे होती. तराई भागातील लोकांच्या मनात दहशतवाद्यांची भीती वसली होती. शिवाय येथील पोलीसांनाही दहशतवाद्यांची तयारी माहीत होती त्यामुळे तेही भयभीत झाले होते.

दहशतवाद्यांनी हळूहळू पोलीसांना आपले लक्ष्य बनवायला सुरूवात केली होती. त्यामुळे सुरक्षिततेच्या दृष्टिकोनातून पोलीस अधिकाऱ्यांनी आपल्या गाडीवर निळा दिवा आणि नेमप्लेट लावणे बंद केले होते. पोलीस कर्मचाऱ्यांनाही ड्युटीवर नसताना

आपले गणवेश वापरायला बंदी करण्यात आली होती. दूर अंतरावर असलेल्या चौक्यांना पोलीस ठाण्यांशी जोडून घेण्यात आले होते. अधिकारी आणि कर्मचारी गस्तीवर असताना आपला ठाव-ठिकाणा सांगत नसत. मार्ग बदलून हे लोक आपल्या विभागाचा दौरा करीत असत. पोलीस कर्मचाऱ्यात दहशतवाद्यांची इतकी भीती निर्माण झाली होती की ते स्वतः दहशतवाद्यांपासून आपला बचाव करण्यासाठी नव-नवीन पद्धती शोधून काढीत असत.

२५ जून १९९३ रोजी मी अलाहाबाद येथे सहाय्यक पोलीस अधिक्षक म्हणून काम करीत असताना माझी नैनीताल येथे अप्पर पोलीस अधिक्षक म्हणून बढतीसह बदली झाल्याची बातमी कळली. आम्ही रेल्वेने अलाहाबादहून नैनीताललला येत होतो. मी आणि माझी पत्नी त्या भागातील डोंगर आणि इतर प्रकराचे निसर्ग सौंदर्य पाहण्यात गर्क होऊन गेलो होतो. राहून राहून मनात हाच विचार येत होता, की आता आपल्याला नैनीतालच्या निसर्ग रम्य परिसरात देवदार वृक्षाच्या सावलीत फिरायला मिळणार. तळ्यांमधे नौकाविहार करायला मिळणार तसेच डोंगरी भागाचे नयनरम्य सौदंर्य पहायला मिळणार.

२६ जूनच्या सकाळी आम्ही सर्व जण बरेली स्टेशनवर उतरलो. आम्हाला घेण्यासाठी मोठ्या प्रमाणात पोलीस फोर्स आला होता. इतक्या मोठ्या प्रमाणात पोलीस आलेले पाहून मी हैराण झालो. मी ड्रायव्हरला याबाबत विचारले तेव्हा त्याने सांगितले, की तराई भागातील रुद्रपूर येथे माझे मुख्यालय असणार आहे. हा भाग पूर्णपणे दहशतवाद्यांनी व्यापलेला होता. त्यामुळेच इतक्या मोठ्या प्रमाणात पोलीस दल पाठविण्यात आले होते. पूर्ण रस्त्यात ड्रायव्हर आणि इतर सहकाऱ्यांनी मला तराई परिसरात पसरलेल्या दहशतवाद्यांविषयी माहिती देताना नुकतीच घडलेली घटना सांगितली.

२४ जून १९९३ रोजी बाजपूर भागातील संतोषपूर गावाजवळ ऊसाच्या शेतात भीतीचे दुसरे नाव असलेला भिंद्रानवाले टायगर फोर्स ऑफ खलिस्तानचा विभागीय कमांडो हिरा सिंग आणि त्याचे इतर तीन सोबती एका शेतात असल्याची बातमी कळाली. त्या परिसरात पोलीस फोर्स आल्याचा संशय येताच दहशतवाद्यांनी पोलीसांवर

अंदाधूंद गोळीबार केला. फायरिगं करीत करीत ते ऊसाच्या शेतात घुसले. या दरम्यान दोन्ही बाजूने झालेल्या गोळीबारात एक दहशतवादी मारला गेला होता. ऊसाच्या शेताला पोलीस, पी.ए.सी. आणि सी.आर.पी.एफ. ने घेराव घातला. या दरम्यान जिल्ह्याचे वरिष्ठ पोलीस अधिक्षक, रुद्रपूर आणि हल्द्वानी येथील अप्पर पोलीस अधिक्षक तसेच इतर सर्व अधिकारीही घटनास्थळी पोहचले. त्यांनी घेराव आणखी मजबूत करून काही काळ वाट पाहण्याचे ठरविले.

अधून मधून दोन्ही बाजूने थोडा फार गोळीबार होत होता. रात्र झाल्यावर अंधार पडला तेव्हा हिरा सिंगने प्राणाची बाजी लाऊन गोळीबार झेलीत ऊसाच्या शेतातून पळून जाण्याचा निर्णय घेतला. अचानक तिन्ही दहशतवादी ए.के ४७ मधून गोळीबार करीत पोलीसांचे कडे तोडून पळून गेले. दहशतवाद्यांनी आंधाराचा फायदा घेतला. दहशतवादी अशा प्रकारे पळून जाण्याचा विचार करतील, याची पोलीसांना जराही कल्पना नव्हती. दहशतवाद्यांनी उचललेल्या या पावलामुळे सर्व पोलीस अधिकारी आणि कर्मचारी आश्चर्यचकीत झाले. आता काय करायचे ते त्यांना कळले नाही. त्यांना काही कळण्यापूर्वी आणि त्यांनी पुढचे पाऊल उचलण्यापूर्वी दहशतवादी पळून गेले होते.

दहशतवाद्यांनी केलेल्या गोळीबारात पी.ए.सी आणि सी. आर.पी. एफ. मधील एकेक जवान कामी आला होता. या पार्श्वभूमीवर काही अधिकाऱ्यांची बदली करण्यात आली होती. यामध्येच माझी नियुक्ती अप्पर पोलीस आयुक्त म्हणून करण्यात आली होती. अशा प्रकारे थेट तराईत दहशतवाद्यांविरूद्ध नेतृत्त्व करण्याची मला संधी मिळाली. २४ जून १९९३ची घटना, त्यामध्ये दोन पोलीस कर्मचारीही शहीद झाले होते. त्यामुळे पोलीसांचे मनोबल खचले होते. हिरा सिंग आपल्या दोन साथीदारांसह पळून जाण्यात यशस्वी झाला होता.

सामान्य लोकांत दहशतवाद्यांची प्रचंड भीती पसरली होती. सूर्यास्त झाला की सर्व कारखाने बंद होत असत. लोकांची वर्दळही कमी होत असे. सर्व रस्ते निर्मनुष्य होत असत. आता हिरा सिंगच तराई भागात बी. एस. टी. के. चा विभागीय कमांडर होता. त्याच्या आधीचा कमांडर जवन्दा तराई सोडून पंजाबमध्ये पळून गेला होता.

हिरा सिंग आणि त्याच्या सहकाऱ्यांना पकडणे, हेच आमचे आता मुख्य ध्येय होते. त्याच्या विरूद्ध टाडाअंतर्गत पन्नासहून अधिक गुन्हे नोंदविण्यात आले होते. दोनशेहून अधिक लोकांच्या हत्येसाठी तो जबाबदार होता. त्यामध्ये पंचवीस पोलीस कर्मचारीही होते.

रूद्रपूरला पोहचल्यावर दहशतवाद्यांबाबत मी आणखी माहिती मिळविली. पुढची कारवाई करण्यासाठी मी योजना आखली. दुसऱ्या दिवशी सकाळीच मी हिरा सिंगच्या शोधासाठी निघणार इतक्यात एक साधारण स्वरूपाची, खूप घाबरलेली आणि पांढरी साडी घातलेली एक महिला एका प्रौढ व्यक्तीसह मला भेटायला आली. तिचे डोळे आसवांनी डबडबलेले होते आणि तिच्या कुशीत एक मुलगीही होती. विचारल्यानंतर कळले, की माजी विभागीय क्षेत्राधिकारी राम आसरे यादव यांची पत्नी होती आणि तिच्यासोबत आलेले तिचे सासरे होते. श्री यादव यांच्याबाबतीत घडलेली घटना मी वृत्तपत्रात वाचली होती. काही दिवसांपूर्वीच बाजपूर भागात दहशतवाद्यांनी भूसुरूंगाचा स्फोट करून पोलीसांची एक जिप्सी जीप उडविली होती. त्यामध्ये गदरपूरचे ठाणे अमंलदार जगमोहन उपाध्याय यांच्यासह सहा पोलीस कर्मचारी ठार झाले होते. त्यामध्ये यादवही एक होते.

मी त्यांना बसवले आणि त्यांच्या येण्याचे कारण विचारले. श्रीमती यादव यांनी सांगितलेली अंगावर शहारे आणणारी घटना ऐकल्यानंतर त्या घटनेचे गांभीर्य माझ्या लक्षात आले. या घटनेशी संबंधित लोक आपल्यासोबत आल्यावर त्यांच्यासोबत घडलेल्या घटनेचे कारूण्य आणि संबधितांची वेदना आपल्यालाही जाणवू शकते. श्रीमती यादव यांच्यासमोर उभे आयुष्य पडले होते. लहान मुलीच्या भविष्याची काळजी होती आणि सासु-सासऱ्यांची देखभाल करण्याची जबाबदारीही होती. फक्त वर्तमानपत्रातील बातमीत आलेले विश्लेषण वाचून त्या स्त्रीची वेदना समजून घेणे शक्य नव्हते.

घटना अशा प्रकारची होती. बाजपूर भागात एका शिख तरूणाच्या मृत्यूसाठी दहशतवाद्यांनी पोलीसांना जबाबदार ठरविले होते आणि शिख समाजाला खुष करण्यासाठी पोलीसांचा बदला घेण्याचे त्यांनी ठरवले होते. बदला घेण्यासाठी

दहशतवाद्यांनी एक षड्यंत्र रचले. त्यानुसार त्यांनी बाजपूर क्षेत्रातील सायकलवरून ड्युटीवर जाणाऱ्या एका होमगार्डच्या पायावर गोळी मारली. या घटनेची माहिती देण्यासाठी तो होमगार्ड पोलीस ठाण्यावर गेला. दहशतवाद्यांनी आपल्या योजनेनुसार घटनास्थळाकडे जाणाऱ्या दोन्ही मार्गावर भूसुरुंग पेरून ठेवले. होमगार्डने पोलीस ठाण्यात जाऊन घडलेली घटना सांगितली तेव्हा दहशतवाद्यांची आपल्या भागातील उपस्थिती पाहून त्यांना लगेच पकडण्यसाठी पोलीस उपाधिक्षक आणि ठाणे अमंलदार यांनी आपल्यासोबत पाच सहा कर्मचारी घेतले आणि प्राणाची पर्वा न करता दहशतवाद्यांना पकडण्यासाठी घटनास्थळाकडे धावत निघाले. दहशतवाद्यांनी एक षडयंत्र रचून आपल्या मार्गात भू सुरूंग पेरले असल्याची कल्पना या शूर पोलीसांना नव्हती. दूर कुठे तरी लपून बसलेला दहशतवादी रिमोटच्या सहाय्याने त्यांना उडविण्यासाठी टपून बसला होता. या स्फोटाने या पोलीस कर्मचाऱ्यांसोबतच त्यांच्या कुटुंबाच्या जीवनाचीही ते धूळधाण करणार होते.

हा स्फोट इतका शक्तिशाली होता, की जिप्सीची शकले झाली आणि तिच्यात बसलेल्या पोलीस कर्मचाऱ्यांच्या शरीराचे तुकडे शंभर मिटर परिसरात झाडांवर आणि जमिनीवर इतस्तत:: विखुरले गेले होते. त्यांना ओळखणेही शक्य नव्हते. घटनास्थळी पोहचलेले अधिकारीही हे दृष्य पाहून हादरून गेले होते.

या घटनेमुळे श्रीमती यादव इतक्या घाबरल्या होत्या की त्यांनी माझ्या पत्नीला इथून लगेच बदली करून दुसरीकडे जाण्याचा सल्ला दिला. तिचे म्हणणे ऐकून आणि तिची परिस्थिती पाहून एकदा खरोखरच मी आणि माझी पत्नी घाबरलो होतो. परंतु नशिबाने मला दहशतवादाविरुद्धच्या लढाईसाठी मला जिथे आणून सोडले होते, तिथून परत फिरणे आता शक्य नव्हते. पोलीस जिपसीचा स्फोट आणि २४ जूनचा संघर्ष यामुळे तर पोलींसाचे मनोबल एकदम खच्ची झाले होते. कोणीही पोलीस अधिकारी आणि कर्मचारी आपल्या बाजूने दहशतवाद्याविरूद्ध कारवाई करण्यासाठी हिंमत गोळा करू शकत नव्हता.

दहशतवादाच्या या पार्श्वभूमीवर मी असा संकल्प केला, दहशतवादाविरूद्धच्या या लढाईत पोलीसांचे खच्ची झालेले मनोबल वाढविण्यासाठी आपण पुढाकार घ्यायचा.

त्यामुळे मी पूर्वनिर्धारित कार्यक्रमानुसार जिप्सीमध्ये बसलो आणि २४ जून रोजी झालेल्या कारवाईच्या वेळी पळून गेलेला दहशतवादी हिरा सिंग आणि त्याच्या साथीदारांचा शोध घेण्यासाठी पोलीस सहकाऱ्यांसह घन-दाट जंगलाकडे कोंबिंग ऑपरेशन करायला निघालो. या कारवाईच्या वेळी हिरा सिंगच्या एका जोडीदाराला एक गोळी लागली होती. घटना घडलेल्या ठिकाणावर सांडलेल्या रक्ताचा माग काढीत आम्ही जंगलातील त्या ठिकाणी पोहचलो जिथे त्यांनी ती रात्र काढली होती. आम्हाला त्या झाडीत लपवून ठेवलेले आणि रक्ताने माखलेले त्यांचे आंथरूणही मिळाले. पुढचे पंधरा दिवस आम्ही घनदाट जंगलात कोंबिंग करीत होतो. या काळात आम्ही तंबू ठोकून राहिलो. घनदाट जंगलातील कोंबींगच्या काळात जेवणे, झोपणे, राहणे आम्ही सर्व काही जंगलातच केले. आम्ही हिराजवळ पोहचलो आहोत, असे आम्हाला वाटले असतानाच तो आम्हाला झुकांडी देत होता. त्यामुळे त्या कारवाईनंतर सुरू केलेले आमचे हे ऑपरेशन आम्हाला पंधरा दिवसानंतर बंद करावे लागले.

आम्ही विकसित केलेल्या माहितीच्या जाळ्यातून किवा खबऱ्यांकडून आम्हाला हिरा सिग आणि त्याचे सहकारी कधी एखाद्या ऊसाच्या शेतात दडले असल्याची, कधी एखाद्या प्रभावी व्यक्तीच्या शेतातील झोपडीत लपल्याची किंवा कधी जंगलात असल्याची माहिती मिळत होती. जंगलात असलेल्या गुर्जरांच्या झोपड्यांचा आणि शेतांमध्ये बनलेल्या खड्ड्यांचा वापर हिरा सिंग आणि त्याचे सोबती राहण्यासाठी तसेच जेवण्यासाठी करीत असत. आम्हाला सूचना मिळाल्यानंतर आम्ही लगेच तिथे पोहचत असू. तिथे आम्हाला त्यांच्या राहण्याचे, थांबून जेवण केल्याचे पुरावे मिळत असत, पण ते काही हाती लागत नसत. आम्ही नेहमी एक किंवा दोन दिवस मागे पडत असू. आम्ही ज्या ठिकाणी पोहचत असूत ते ठिकाण हिरा सिंग आणि त्याच्या सहकाऱ्यांनी एक किवा दोन दिवसांपूर्वीच सोडलेले असायचे. पोलीसांपेक्षा दहशतवाद्यांची माहिती यंत्रणा अधिक चांगली असल्याचे यावरून स्पष्ट होत होते. सहा महिने आम्ही रात्र दिवस एक करून घनदाट जंगलात कोंबिगं करीत शेतातील घराची तपासणी करीत पूर्ण तराई भागाचा कोना न् कोना शोधला. तरीही आम्हाला यश काही मिळाले नाही. तरीही आम्ही अजून हार स्वीकारली नव्हती. हिरा सिंग आणि त्याचे सोबती त्याच भागात फिरत होते. आम्ही सक्रिय झाल्यामुळेच दहशतवादी आम्हाला

चुकविण्यासाठी नुसते फिरत होते. त्यामुळे ते नवीन कोणतेही दहशतवादी कृत्य करू शकत नव्हते. अजूनही आम्ही त्या मार्गाचा शोध घेत होतो, की ज्यामुळे आम्हाला हिरा सिंगची थोडा वेळ हाती असताना माहिती मिळू शकेल. पोलीसांचे घटनास्थळी पोहचणे आणि दहशतवाद्यांचे पळून जाणे यातील अंतर कमी व्हावे यासाठी आम्ही प्रयत्न करीत होतो. त्यांची खबऱ्याची योजना कमकुवत करण्याची आणि आमची खबऱ्याची योजना अधिक प्रभावी करण्याची रणनीती आम्ही आखली.

दहशतवाद्यांना आश्रय आणि जेवण काही वेळा त्यांना मूकपणे पाठिंबा देणारे लोक पुरवित असले, तरी बहुतेक वेळा दहशतवाद्यांना हे सारे आपल्या बंदुकीच्या जोरावरच मिळवावे लागत असे. आधी अशा लोकांना दहशतवाद्यांना मदत केली म्हणून अटक केली जात असायची. त्यामुळे पोलीस आणि सामान्य जनता यांच्यामधील अंतर वाढले होते. स्थानिक लोकांच्या मदत आणि सहकार्याशिवाय तराई भागाची दहशतवादापासून सुटका करणे शक्य नसल्याची जाणीव मला होत होती. स्थानिक लोकांनाही दहशतवाद्यांपासून सुटका हवी होती. त्यांच्या अनैतिक मागण्या मान्य करून स्थानिक लोक कंटाळले होते. दहशतवादामुळे त्याचे रोजचे काम प्रभावित झाले होते. पोलीसांनी सहकार्य मागितले, तर सामान्य लोक नक्कीच सहकार्याचा हात पुढे करतील, असे मला वाटले. त्यामुळे मी माझ्या रणनीतीत अनेक बदल केले. आपल्या कुटुंबाचे संरक्षण करण्यासाठी ज्या लोकांना विवश होऊन दहशतवाद्यांना मदत आणि सहकार्य करावे लागत होते, अशा लोकांविरूद्ध कारवाई करणे आम्ही पूर्णपणे थांबविले.

याच दरम्यान आम्ही दहशतवाद्यांविरूद्ध जनमत जागृत करण्यासाठी जागोजागी कार्यक्रमांचे आयोजन केले. याच्या आधी दहशतवाद विरोधी ऑपरेशनच्या नावाखाली अनेक सामान्य आणि निर्दोष लोकांना त्रास दिल्याच्या काही गोष्टीही ऐकायला मिळाल्या होत्या. शिख समाजातील एक मोठी संख्या अशी होती, की त्यांनी सहकार्य केले नाही म्हणून आणि पोलिसांचे खबरे असल्याचा संशयावरून दहशतवादी त्यांना त्रास देत असत. तसेच पोलीसही या लोकांना कोणत्या ना कोणत्या कारणाने त्रस्त करीत असत. दहशतवाद्यांच्या भीतीमुळे सुरूवातीला लोक आमच्या कार्यक्रमाला उपस्थित राहत नसत. पण हळूहळू त्यांच्यात विश्वासाची भावना निर्माण केली आणि त्यांच्या मनात असलेली खोट्या कारवाईची भीती काढून टाकली. त्यामुळे या कार्यक्रमात

लोक आता आपली मतेही मांडू लागली. काही धाडसी लोक दहशतवादाचा निषेध करू लागले आणि काही लोक या कामी पोलिसांना सहकार्य करण्यासाठी पुढे येऊ लागले. किमान तसा विश्वास तरी व्यक्त करू लागले. दुसऱ्या बाजूला आम्ही लोक बारीक सारीक सूचना मिळाल्यावरही लगेच आवश्यक पावले उचलायला लागलो होतो. पोलीसांनी घेतलेल्या या भूमिकेमुळे सामान्य लोकांच्या मनात आमच्याबद्दल अधिक विश्वास निर्माण झाला. दहशतवाद्यांच्या कारवाय़ामुळे सामान्य माणूस त्रस्त झाला असल्याचे आम्हाला चर्चेच्या कार्यक्रमातून जाणवू लागले होते. दहशतवादी कारवायांच्या झळा सर्वाधिक प्रमाणात शिख समाजाला बसत होत्या. त्यांनाही दहशतवादापासून सुटका हवी होती.

वैचारिक पातळीवर दहशतवादाच्या विरूद्धची लढाई आम्ही जिंकू लागलो होतो, तरीही हिरा सिंग आणि त्याचे सहकारी मात्र अजून आमच्या हाती लागले नव्हते. हिरा सिंगला पकडण्याच्या माझ्या सर्व आशा संपल्यात जमा असतानाच २२ जानेवारी १९९४च्या सकाळी साडे आठ वाजता आलेल्या एका फोनने माझ्या मनात स्फूर्ती निर्माण केली. मला आशेचा किरण दिसू लागला.

हा फोन अधिसूचना विभागातील एका अधिकाऱ्याचा होता. त्याने मला असे सांगितले, की त्याच्याजवळ एक तरूण असून त्या तरूणाला हिरा सिंगचा खरा खुरा ठाव ठिकाणा माहीत आहे. हा फोन ऐकताच मी आनंदाने उडी मारली. मी लगेच त्या युवकाला घेऊन ऑफिसला येण्याची सूचना दिली. तो १८-१९ वर्षांच्या मुलासारखा दिसणारा तरूण होता. त्याला नुकतेच मिसरूड फुटायला लागले होते आणि तो हिरा सिंगच्या टोळीचा सदस्य होता. त्याचे नाव बिट्टू होते. त्याने सांगितले, की रुद्रपूरपासून ७-८ किमी अंतरावरील एका ऊसाच्या शेतात हिरा सिंग आणि त्याचे सोबती लपले आहेत. त्या युवकाने पुढे असेही सांगितले, की काल रात्री हे चार लोक या ऊसाच्या शेतात आले. तेव्हा हिरा सिंगने मला आणि आणखी एका जोडीदाराला रूद्रपूरमधून एक मोटारसायकल लुटून आणायला पाठविले. या मोटारसायकलच्या सहाय्याने ते शहरातील एका श्रीमंत तांदूळ मिल मालकाच्या मुलाचे अपहरण करणार असून त्याच्याकडे पन्नास लाख रूपयांची खंडणी मागणार आहेत. कारण सहा महिन्यांपासून पळापळ केल्यामुळे त्यांच्याजवळील पैसे संपायला आले आहेत. त्याच

बरोबर हिरा सिंगने त्या तरुणाला आणि त्याच्यासोबतच्या युवकाला अशीही सूचना दिली होती, की त्यांनी कोणत्याही परिस्थितीत सकाळी साडे नऊ पर्यंत ठरलेल्या ठिकाणी परत यायला हवे. ते जर वेळेत परत आले नाहीत, तर हिरा सिंग आपली जागा बदलेल.

बिट्टूने सांगितले की रात्री तीन वाजण्याच्या सुमारास त्याचे आपल्या दहशतवादी सोबत्याशी कोण्या तरी मुलीवरून भांडण झाले. हे भांडण इतके विकोपाला गेले, की त्याने आपल्या जोडीदाराला चाकू भोसकून ठार मारले. बिट्टूने ज्याला मारले होते, तो हिरा सिंगचा जुना सोबती होता. दुसऱ्या बाजूला बिट्टू त्या गॅंगमध्ये नवीन होता. बिट्टूने आपल्या जुन्या विश्वासू जोडीदाराला ठार मारल्याची माहिती हिरा सिंगला कळल्यावर तो आपल्याला आणि आपल्या कुटुंबियाला सोडणार नाही, अशी बिट्टूला भीती वाटत होती. आपल्या बचावाचा त्याला दुसरा कोणताच मार्ग सापडला नाही म्हणून बिट्टूने अधिसूचना विभागातील अधिकाऱ्यांशी संपर्क साधला.

आतापर्यंत हिरा सिंगची माहिती आम्हाला त्याने आपले लपल्याचे टिकाण सोडल्यानंतर किमान २४ तास नंतर मिळत असायची. आज पहिल्यांदाच त्याचे लपण्याचे ठिकाण सोडण्यापूर्वी एक तास आधी आम्हाला त्याची माहिती कळली होती. बिट्टूच्या सांगण्यात मला सत्यता वाटत होती आणि माझ्याकडे वाया घालविण्यासाठी एका क्षणाचाही वेळ नव्हता. त्यामुळे घाई गडबडीत जितके लोक उपलब्ध होऊ शकतील त्या सर्वांना सोबत घेऊन ठरलेल्या ठिकाणी जाण्याचा निर्णय घेतला. कारण यावेळी हिरा निसटून जाता कामा नये, असेच मला वाटत होते. मी माझे कपडे घातले. एके४७ घेतली. घराच्या संरक्षणासाठी असलेले तीन शिपाई, गनर आणि खबऱ्या दहशतवादी यांना घेऊन त्या ठिकाणाकडे निघालो. एका आठरा वर्षाच्या नव्या दहशतवाद्याच्या बोलण्यावर विश्वास ठेवून जोशा जोशात मी हे पाऊल उचलले होते. इतकेच नाही तर या माहितीचा खरे खोटेपणा तपासून पाहण्याचा प्रयत्नही मी केला नव्हता. राम आसरे यादव प्रमाणे मला फसविण्यासाठी दहशतवाद्यांनी टाकलेला हा डावही असू शकत होता. श्री यादव यांच्याबाबत घडलेल्या घटनेचा मी एक क्षणभर विचार केला. तरीही दुसऱ्याच क्षणी मी हिरा सिंग विरोधी ऑपरेशनसाठी बाहेर पडलो. कारण मला ही रिस्क घ्यायची होती.

आज इतक्या वर्षानंतर मला ती घटना आठवते तेव्हा २६/११ च्या मुंबई येथील हल्ल्याशी त्याची तुलना केल्याशिवाय राहवत नाही. या घटनेमध्ये माझे शूर वीर बॅचमेट अशोक कामटे सह तीन जण धारातीर्थी पडले होते. त्यांच्या हौतात्म्याला वंदन करून मी हे जाणू शकतो, की आपल्या देशासाठी काही करून दाखवण्याची भावना कधी कधी अशा प्रकारच्या अनेक शंका-कुशंकावर मात करीत असते. अशा वेळी मग माणूस कितीही मोठा धोका पत्कारायला मागे पुढे पाहत नाही.

आठ -नऊ मिनिटाच्या प्रवासात आम्ही रुद्रपूर पोलीस स्टेशन, नैनीतालचे नियंत्रण कक्ष आणि रामपूर मुख्यालयाला वायरलेसच्या माध्यमातून या कारवाईची माहिती दिली होती. तसेच तिथून अतिरिक्त पोलीस बळ पाठविण्याविषयी सांगितले होते. ऊसाच्या शेतात पोहचल्यावर हिरा सिंग आणि त्याचे सहकारी ज्या कोपऱ्यात लपून बसले होते, तिकडे बिट्टूने मला इशारा करून सांगितले. मी त्या शेताच्या चारही बाजूला आमचा एकेक माणूस नेमला. त्या दहशतवाद्यांनी पळून जाण्याचा प्रयत्न केला, तर हे त्यांना अडवू शकतील. ही सर्व कारवाई करीत असताना माझ्या एका हातात एके-४७ होती आणि दुसऱ्या हाताने मी बिट्टूला धरून ठेवले होते. जो कालपर्यंत हिरा सिंगच्या टोळीचा सदस्य होता. एक वेळ अशी आली की तिथे फक्त मी आणि बिट्टूच उरलो होतो. माझ्या एखाद्या लहानशा चुकीचा फायदा घेत तो माझीच एके ४७ माझ्या विरोधात वापरू शकला असता. पण तो प्रामाणिक माणूस निघाला.

नंतर मला असे जाणवले, की मागच्या वेळच्या प्रमाणे हिरा सिंगने पळून जाण्याचा प्रयत्न केला असता, तर त्याच्यासाठी ते सहज शक्य होते कारण ऊसाच्या शेतातून आम्ही त्याला सहज दिसत होतो. तो अगदी सहजपणे आमच्यावर निशाणा साधू शकला असता. आमच्या मागे आणखी फोर्स असणार, असा हिराने विचार केला असेल. त्यामुळेच त्याने असे काही करण्याचा प्रयत्न केला नसावा.

हळूहळू भोवतालच्या पोलीस ठाण्यावरून पोलीस कुमक घटनास्थळी जमा व्हायला सुरूवात झाली. मी पोलीस दलाला एल आकारात तैनात करायला सुरूवात केली.एल शेपमध्ये पोलीस लावल्यावर फायरिंग करण्यासाठी दोन बाजू मोकळ्या राहतात. त्यामध्ये क्रॉस फायरिंगने आपल्या जवानांना नुकसान होण्याची भीती खूप कमी

असते.

पूर्ण पोलीस दळ घटनास्थळी पोहचण्यास दोन ते अडीच तास लागले. या दरम्यान पीएसी, पोलीस ठाण्यातील पोलीस तसेच नैनीताल आणि रामपूरचे वरिष्ठ अधिकारीही घटनास्थळी पोहचले. माझे वरीष्ठ पोलीस अधिक्षक श्री एस. के . भगत यांनी परिस्थितीचे गांभीर्य ओळखून माझ्यावर पूर्ण विश्वास ठेवला आणि माझ्या योजनेनुसार ऑपरेशन सुरू ठेवायला सांगितले. आम्ही एका ट्रॅक्टरमध्ये एका विभागीय अधिकाऱ्याच्या नेतृत्वाखाली पोलीस पथक ऊसाच्या शेतात पाठविले. ट्रॅक्टरचा आवाज ऐकल्यावर एक अतिरिकी ऊसाच्या शेतात असलेल्या पाण्याच्या नालीत झोपला आणि मातीच्या आधाराने आपल्या एके ४७ मधून फायरिंग करू लागला.मीही जवळच असलेल्या निलगिरीच्या झाडाचा आधार घेऊन फायरिंगला सुरूवात केली. तसेच सर्व पोलीस कर्मचाऱ्यांना प्रतित्त्युरादाखल फायरिंग करण्याची सूचना दिली. या हल्ल्यात चोहोबाजूनी गोळया येत जात होत्या. हजारो फैरी झाडण्यात आल्या होत्या, तरी दहशतवाद्याच्या बाजूने गोळीबार करणे काही थांबत नव्हते. इतक्यात माझ्या असे लक्षात आले, की एके-४७ ची रेंज फक्त १०० मीटर असल्यामुळे दहशतवाद्यांपर्यंत पोहचण्यात आमच्या गोळया प्रभावी ठरत नसतील. त्यामुळे मी थ्री नॉट थ्री मधूनही फायरिंग करायला सांगितले. याची उपयुक्त रेंज ३०० मीटर असते. काही वेळानंतर दहशतवाद्यांकडून गोळीबार करणे थांबले. पोलीस दलातील दोन- तीन कर्मचाऱ्यांनी दुर्दम्य साहस दाखवित जीवाची पर्वा न करता क्रॉलिंग करीत आघाडी घेतली तेव्हा एक दहशतवादी एके ४७ सह जमिनीवर निपचित होऊन पडला होता. जवळ जाऊन पाहिल्यावर तो मृत आढळला. त्याची ओळख पटल्यावर तो कुप्रसिद्ध दहशतवादी बी. एस. टी. के. चा एरिया कमांडर हिरा सिंग असल्याचे सिद्ध झाले.

ऊसाच्या शेतात दोन दहशतवादी असल्याचे बिट्टूने सांगितले होते. याचा अर्थ त्याचा दुसरा सोबती तिथेच कुठे तरी लपून बसला होता. आम्ही लोक एका ट्रॅक्टरवर बसून ऊसाच्या शेतात घुसणारच होतो की त्या दहशतवाद्याने आपल्या एके ४७ मधून फायरिंग करायला सुरूवात केली. दहशतवाद्याने केलेल्या फायरिंगच्या विरोधात पोलीसांच्या वतीनेही फायरिंगं करण्यात आले. थोड्या वेळानंतर दहशतवाद्याकडून

गोळ्या येणे बंद झाले. गोळीबार बंद झाल्यावर आम्ही ट्रॅक्टरवरून खाली उतरून पुढे जाऊन पाहिले, तर जवळपास वीस पावलावर एक दहशतवादी हातात एके ४७ घेऊन जखमी अवस्थेत खाली पडला होता. आम्ही त्याच्याकडे येत असल्याचे पाहून त्याने आपल्या एके ४७ मधून शेवटचे फायर केले. ही परिस्थिती अतिशय भीतीदायक होती कारण जमिनीवर पडलेल्या त्या अतिरेक्याला आम्ही मृत समजले होते. सुदैवाने अतिशय जवळून केलेला हा गोळीबार आमच्या जवळून डाव्या बाजूने दूर गेला. कोणाला काही नुकसान झाले नाही. या गोळीबाराच्या बदल्यात आम्हीही गोळीबार केला आणि त्यात तो दहशतवादी जागीच ठार झाला. या दहशतवाद्याची ओळख हिरा सिंगचा सोबती निम्मा म्हणून झाली.

दहशतवाद्यांशी झालेल्या मोहिमेच्या वेळी सर्व पोलीस कर्मचाऱ्यांनी आपल्या जिवाची पर्वा न करता अत्यंत साहसाने प्रयत्नांची शर्थ करून दोन अतिरेक्यांना कंठस्नान घातले होते. या मोहिमेत सामील झालेले सर्व पोलीस कर्मचारी एके ४७ मधून होणाऱ्या गोळीबारासमोर अतिशय शुरासारखे उभे राहिले. पूर्ण मोहिमेत असा एकही क्षण नव्हता, की तिथे पोलीस मागे हटले होते. सर्वांनी एकजूट होऊन या यशस्वी झालेल्या मोहिमेला हातभार लावला होता. आपले खच्ची झालेले मनोबळ परत मिळविण्यात ते यशस्वी झाले होते.

या हल्ल्याने तराईमधील दहशतवादाची रक्त-लांछित कारवाई समाप्त झाली. हिरा सिंग बी. एस. टी. के. चा शेवटचा कमांडर होता. या हल्ल्याची बातमी खूप दूरवर पसरली. रूद्रपूर पासून हल्द्वानी पर्यंत आणि रामपूर पासून मुरादाबाद व बरेलीपर्यंतचे लोक या दहशतवाद्यांना पाहण्यासाठी घटनास्थळी पोहचले होते. दिवसा ढवळ्या झालेला हा हल्ला पाहण्यासाठी दूरवरून लोक आले होते. या कुप्रसिद्ध दहशतवाद्यांना मारल्याबद्दल लोकांनी तिथेच उत्सव साजरा करायला सुरूवात केली.

दहशतवादाचा बिमोड झाल्यामुळे तराई आणि आसपासच्या प्रदेशातील लोकांनी सुटकेचा श्वास घेतला. त्यांच्या कारवायांनी लोक त्रस्त झाले होते. दहशतवाद सर्वच लोकांच्या जीवनावर परिणाम करीत होता. मला या गोष्टीचे समाधान वाटत होते, की हे आव्हान मी स्वीकारले होते आणि माझ्या सहकारी पोलीसांच्या मदतीने मी ते पूर्ण केले. तराईतील लोकांना दहशतवादापासून मुक्त करण्यात मी महत्त्वाची भूमिका

बजावू शकलो. तराईमधील दहशतवादाच्या विरोधातील या लढ्यात अनेक पोलीसांना हौतात्म्य पत्करावे लागले होते; पण शेवटी दहशतवादाचा शेवट करून पुन्हा एकदा मानवतेची सेवा करण्यात खाकी वर्दी यशस्वी झाल्याचे सिद्ध झाले.

* * *

आज मी वारीस शाहला साद घालते,
“तुझ्या कबरीतून बाहेर येऊन बोल!
आणि प्रेमाच्या पुस्तकातील प्रीतीचे पुढचे पान पलट.”

एकदा पंजाबची एक मुलगी रडली होती,
तेव्हा तू ‘हीर-राँझा’ सारखे महाकाव्य रचले होते...
आज लाखो मुली रडत आहेत आणि तुला साद घालीत आहेत -
हे दु:खाची गाथा लिहिणाऱ्या!
ऊठ आणि आपला पंजाब पाहा -

आज शेतात फक्त प्रेतांचा खच पडला आहे,
चिनाबही रक्ताने थबथबली आहे
पाचही नद्यांच्या पाण्यात कुणी विष कालवले आहे,
हेच कालकूट आमच्या शेतांचे सिंचन करीत आहे...
मरणाऱ्यांच्या अनंत किंकाळ्यांनी आकाशही लाल झाले आहे.
हृद्गीत ऐकवणारी बासरी कुठे तरी हरवली आहे.

आज मी वारीस शाहला साद घालते,
‘तुझ्या कबरीतून ऊठ आणि बोल.
आणि प्रेमाच्या पुस्तकातील प्रीतीचे पुढचे पान पलट.’

(अमृता प्रीतम यांची कविता ‘आज अक्खा वारिस शाह नूँ’ चा स्वैरानुवाद)

७

दहशतवादाचा अमानवी चेहरा

ऐंशी आणि नव्वदच्या दशकात सुमारे दहा वर्षे देशाला दहशतवादाने अशा प्रकारे ग्रासले होते, की देश कमकुवत झाल्यासारखा वाटत होता. मी १९९० साली पंधरा दिवसांच्या पंजाबमधील ट्रेनिंगच्या काळात दहशतवाद फार जवळून पाहिला होता. नंतर मग १९९३ ते ९४ या काळात उत्तर प्रदेशातील तराई भागात स्वतः दहशतवाद विरोधी मोहीम चालविण्यात पुढाकार घेतला होता. पंजाब आणि नैनीतालमधील तराई भाग या दोन्ही ठिकाणी दहशतवादाचा मी अतिशय जवळून अनुभव घेतला आहे. दहशतवादाने कुणालाही त्रासाशिवाय दुसरे काहीच दिले नाही. मग ते स्थानिक जनता असो, पोलीस असोत की केंद्रिय अर्ध सैनिक दल असो. इतकेच नाही तर दहशतवाद्यांच्या कुटुंबासाठीही हा दहशतवाद त्रासच ठरला. मी इथे काही बारीक सारीक अनुभवांचे वर्णन केले आहे. त्यामधून दहशतवादाची अमानवी वागणूक प्रखरतेने जाणवते.

१९९० साली राष्ट्रीय पोलीस अकादमी हैदराबादच्या वतीने सर्व आय. पी. एस. प्रशिक्षणार्थ्यांना त्या काळात पंजाबमध्ये पसरलेल्या दहशतवादाचा थेट अनुभव घेण्यासाठी पंजाबमध्ये पाठविण्यात आले होते. आम्ही सर्व जण पहिल्यांदा अमृतसर येथील शिखांचे सर्वात मोठे तीर्थक्षेत्र असलेल्या सुवर्ण मंदिरात गेलो होतो. अमृत सरोवरात खरोखरच शांतता आणि अध्यात्मिकतेचा आनंद मिळतो. शांत सरोवर आणि आणि हरमिंदर साहिबमधून येणारा गुरूवाणीचा आवाज मनाला असीम आनंद आणि शांतीचा अनुभव देतो. आम्ही लोकांनी तिथे दर्शन घेतल्यावर पूर्ण सुवर्ण मंदिराची परिक्रमा केली. याच दरम्यान माझी नजर तिथे चहूकडे आणि मिनारावर दिसणाऱ्या गोळीबारांच्या खुणांवर तसेच विनाशाच्या आणखी काही खुणांवर गेली.

वर्तमानपत्रात वाचलेल्या बातम्या आणि प्रत्यक्षातील स्थिती यात जमीन अस्मानचा फरक दिसून येत होता. शांततेच्या या महासागराचा दहशतवाद्यांनी आपले घर म्हणू वापर करायला सुरूवात केल्यावर आणि सुरक्षा दलांनी त्यांना येथून बाहेर काढल्यावर किती भीतीदायक आणि अवघड परिस्थिती निर्माण झाली असेल, याची इथे आल्यावर जाणीव होत होती. खरंच जर दहशतवाद्यांना येथून बाहेर काढण्यासाठी एखादा चमत्कार झाला असता आणि श्रद्धा तसेच पावित्र्याचे भव्य प्रतिक असलेल्या या सुवर्ण मंदिरात हा विनाश दिसला नसता, तर किती बरे झाले असते !

आम्ही लोकांनी तिथे सी.आर.पी.एफ. सोबत घेराबंदी, तलाशी आणि नाकाबंदी तसेच ॲम्बुश इ. ऑपरेशनमध्ये सहभाग घेतला. या दरम्यान अनेक वेळा अशी परिस्थिती निर्माण झाली, की आम्ही गोळयांच्या छायेखाली होतो. सर्व ऑपरेशनमध्ये कुठे ना कुठे मानवी वेदना जाणवत होती. पूर्ण गावाला घेराव घालून तेथील प्रत्येक घराची तलाशी घेतली जात होती. कुठे एखादा दहशतवादी लपला नाही ना किंवा कुठे काही अवैध शस्त्रास्त्रांचा साठा नाही ना, यासाठी ही तलाशी असायची. तलाशी घेत असताना एखाद्या कोपऱ्यात कुठे तरी लपून बसलेला दहशतवादी गोळीबार तर करणार नाही ना, याचीही काळजी घ्यावी लागत होती. अशा प्रकारे पूर्ण गावाला घेराव घालून तेथील प्रत्येक घराची तलाशी घेणे म्हणजे त्यांच्या खाजगी जीवनात दखल देण्यासारखेच असल्याचे मला वाटत होते. प्रत्येक घरात माता-भगिनी आणि मुले असायची. पूर्ण तलाशी सुरू असताना त्यांचे भेदरलेले चेहरे आम्हाला पाहत असत आणि मुले किंकाळया फोडीत असत. अशा प्रकारे प्रत्येकाला संशयाच्या नजरेतून पाहणे आणि प्रत्येक घराची तलाशी घेणे हे किती त्रासदायक होते.

आम्ही लोक अमृतसरच्या पुढे वाघा सीमेपर्यंत गेलो. येथे भारतीय सीमेवर बीएसएफचे जवान तैनात होते, तर तिकडे पाकिस्तानच्या सीमेवर पाकिस्तानी रेंजर्स नेमण्यात आले होते. दोन्ही बाजूंच्या जवानांनी आमचे योग्य प्रकारे स्वागत केले. एक पाऊल अलिकडे इकडे आपला भारत देश तर पलीकडे एक पावलावर आपल्या देशातील दहशतवादाला प्रोत्साहन देणारा शेजारी देश. एकसारखी भाषा, एक सारखी माती, दोन्ही हृदयात एकसारखी भावना; पण काही वर्षांपूर्वी दोन्ही मनात पेरलेल्या तिरस्कारांच्या बियांचे पीक तर आता कापावेच लागणार होते. सर्वात

आश्चर्याची बाब म्हणजे ज्यांना या देशाच्या भूगोलाची फार कमी माहिती होती तसेच मानवी मूल्ये आणि भारतीय जीवन हे ज्यांच्या लेखी कस्पटासमान होते, त्या ब्रिटिश अधिकाऱ्यांनी नकाशावर एक रेषा ओढली आणि दोन्ही देशांच्या सीमा नक्की केल्या. कोणत्याही भौगोलिक ज्ञानाशिवाय आणि मानवी भाव भावनांशिवाय आखलेल्या विभाजनाच्या या रेषेने दोन्ही देशातील किती पिढ्या आणि किती कुटुंबांचे काळीज चिरले होते, त्या वेदनेची जाणीव समजून घेणे त्या लोकांसाठी शक्य नव्हते.

पोलीसांनी पकडलेल्या दहशतवाद्यांची चौकशी केली जाणाऱ्या केंद्रावरही आम्ही लोक गेलो. तिथे एका संशयीत दहशतवाद्याची चौकशी केली जात होती. पोलीस आणि दहशतवादी या दोघांनाही जवळपास सारख्यात परिस्थितीतून जावे लागत असल्याची जाणीव आम्हाला तिथे झाली. कोण दहशतवादी आहे आणि कोण नाही, हे ओळखण्यासाठी काही पोलीसांजवळ जादूची छडी नव्हती. तसेच दहशतवाद्यांकडून त्यांचे इतर सोबती कोण आहेत आणि कोठे आहेत, याची माहिती उगाळून घेता आली असती. या युद्ध आघाडीवर तासंतास चौकशी करणे आणि शारीरिक वेदना देणे, ही सर्वसाधारण बाब झाली होती. ज्याची चौकशी केली जात आहे, तो तरूण जर खरोखरच निरापराध असेल तर? त्याच्याशी ज्या अमानुष पद्धतीने वागणूक केली जात होती, त्यामुळे तो दहशतवादी नसला, तरी नंतर नक्कीच झाला असता, असाही विचार माझ्या मनात येऊन गेला. तो जर खरोखरच दहशतवादी असेल आणि नतर न्यायालयाने त्याची निर्दोष सुटका केली, तर तो नक्कीच या पोलीसांचा आणि त्यांच्या कुटुंबाचा हाड-वैरी होईल. काय दुर्दैव होते पाहा, देशातील एका अख्ख्या तरूण पिढीला दहशतवादाचे परिणाम भोगावे लागत होते.

शेवटी दहशतवादाविरूद्धची ही लढाई कुठे चालली होती आणि का? या सगळ्या घडामोडीत दहशतवाद्याचे पारडे जड असल्याचे सुरूवातीला नक्की समजले जात होते. पण शेवटी पराभव कोणाचा झाला? कधी देशातील सर्वात समृद्ध प्रदेश असलेल्या या पंजाबमधील जनतेचाच पराभव झाला. कधी त्यांना दहशतवाद्यांच्या गोळयाला बळी पडावे लागले, तर कधी पोलीसांचा अत्याचार सहन करावा लागला. एकूण

काय तर जे काही नुकसान होत होते ते संपूर्ण देशाचेच होते. पोलिसांचा जिथपर्यंत प्रश्न होता, ते तर सर्वांच्याच निशाण्यावर होते. दहशतवादावर नियंत्रण मिळवू शकत नाहीत, म्हणून सामान्य लोक त्यांच्यावर नाराज होते; तर दुसरीकडे आधुनिक शस्त्रांस्त्रांनी सज्ज असलेल्या दहशतवाद्यांचा मुकाबला करतांना त्यांना आणि त्यांच्या कुटुंबियांना सतत मृत्यूच्या छायेत वावरावे लागत होते. दहशतवाद्यांच्या मनात तर सामान्य जनता आणि पोलीसांच्या कुटुंबियांच्या अधिकारांचा विचारही येत नव्हता. ते तर कोणाचाही प्राण घ्यायला आणि आपले प्राण द्यायलाही तयार झाले होते.

पंजाबमधील आपल्या अनुभवातून मला हेच शिकायला मिळाले, की जर समर्पित भावना, ठाम निर्धार आणि कुशाग्र बुद्धिचे लोक निर्णायक पदावर बसलेले असतील, तर दहशतवादाविरूद्धची लढाई लढणे अधिक सोपे होते.

* *

ज़ून १९९३मध्ये रुद्रपूरमध्ये ऑपरेशनचे नेतृत्त्व स्वीकारणे आणि एक महिनाभर तराईच्या जंगलात माग काढीत असताना आम्ही दहशतवादा विरूद्धची लढाई सामाजिक आणि मानसिक पातळीवर लढण्याचा निर्णय घेतला होता. दहशतवाद्यांना मिळणारा सामाजिक आधार तोडण्याचा आम्ही लोकांनी संकल्प केला होता. त्यासाठी आम्ही दुहेरी रणनीती आखली. एकीकडे पोलीसांच्या वतीने करण्यात येणारा अतिरेक कमी करणे आणि दुसरीकडे दहशतवाद्यांची चुकीची कामे सामान्य लोकांसमोर उघड करणे. या प्रक्रियेत मी पूर्ण तराईतील दहशतवादी हिंसेच्या घटनास्थळांना पुन्हा पुन्हा भेटी दिल्या. दहशतवाद्यांच्या अत्याचारांना बळी पडलेल्या लोकांना भेटत राहिलो. इतकेच नाही, तर दहशतवाद्यांच्या कुटुंबियांनाही भेटलो. तसेच दहशतवाद विरोधी चर्चांचे आयोजन केले. या दरम्यान अनेक वेळा असे प्रसंग आले की दहशतवाद्यांचा मानवी छळ पाहून माझे मन भावनाविवश होत होते.

एके दिवशी अशीच बातमी कळली, की बी.एस.टी.के.चा माजी एरिया कमांडर सुवर्ण सिंग जवन्दाचा एक सोबती राजा सिंग जमानतीवर सुटला आहे. मी त्याची भेट घेण्याचा निर्णय घेतला. त्याच्याकडून जवन्दा आणि हिरा सिंग बाबत माहिती

मिळू शकेल, असा मला विश्वास वाटत होता. वाटेत मला अशीही माहिती कळली, की एकदा सर्व दहशतवादी राजा सिंगच्या घरी एकत्र आले होते आणि त्याच्या घरापासून जवळच असलेल्या जंगलातील गडप्पू नावाच्या दरीत या दहशतवाद्यांनी दहा निष्पाप आणि निरापराध नागरिकांना गोळ्यांनी चाळणी करून मारून टाकले होते. इतका अमानूष अत्याचार करताना या दहशतवाद्यांचा आत्मा थरथरला नसेल का? असा विचार माझ्या मनात आला. निर्दोष लोक आपल्या समोर मरताना पाहून त्यांचे हृदय जराही द्रवले नसेल?

राजा सिंगच्या घराच्या बाहेर पाच-सहा वर्षाची एक मुलगी दिसली. ती फक्त चड्डी घालून फिरत होती. माझ्या सोबत आलेल्या विभागाच्या फोजदारांनी राजा सिंगला आवाज दिल्यावर आतून एक मध्यम वयाची महिला बाहेर आली. चेहऱ्यावर पडलेल्या सुरकुत्यामुळे ती बरीच म्हातारी वाटत होती. त्या महिलेने फौजदाराला नमस्कार केला तेव्हा ती अतिशय घाबरलेली आणि संकोचलेली वाटत होती. तिच्या मनात जणू एक प्रश्न होता, 'आता पुन्हा पोलीसवाले धरून नेण्यासाठी तर आले नाहीत ना? अरे देवा, आता काय होईल?' ती महिला राजा सिंगची पत्नी होती. फौजदाराने त्या महिलेला समजावून सांगितले, की घाबरण्याचे काही कारण नाही. राजा सिंगला बोलव.

थोड्या वेळाने राजा सिंग बाहेर आला. त्याचे वय तीस पस्तीस वर्षांच्या आसपास असावे पण दिसायला एकदम रोडवेला आणि मरतुकडा होता. तो सरळ येऊन माझ्या पायाजवळ जमिनीवर बसला. त्याचे हात थरथरत होते आणि हळूहळू त्याची थरथर वाढत होती. काही वेळानंतर त्याचे पायही थरथरत असल्याचे मला जाणवले. इतके, की पायाचा आधार घेऊन बसणेही त्याच्यासाठी अवघड झाले होते. हळूहळू ही थरथर त्याच्या सर्व शरीरात पसरली. त्याचा आत्माही थरथरत असल्याचे मला जाणवत होते.

एखाद्या दहशतवाद्याशी माझी ही पहिलीच भेट होती. मी तर एका अतिशय क्रुर दहशतवाद्याची भेट होईल अशी कल्पना केली होती. इथे आल्यावर मात्र मी अचंभीत झालो होतो कारण राजा सिंग आपल्या मनात असलेल्या भीतीमुळे अशा प्रकारे थरथर कापायला लागला होता, की त्याला पाहून दगडी काळजाचा माणूसही विरघळला असता.

राजा सिंगाची पत्नी फौजदाराची विनवणी करीत होती, "साहेब, तुम्ही तर खूप चांगले आहात. आमच्यावर जराशी दया दाखवा. हे तर कधीच त्या हिंसाचाऱ्यासोबत गेले नाहीत. साहेब, ही मुलगी तर तुमच्या मुलीसारखीच आहे. तुम्हाला हिचा बाप दहशतवादी वाटतो का? आता थोड्याच दिवसांपूर्वी तर ते तुरूंगातून आले आहेत..." असे बोलत असताना तिचा कंठ दाटून आला होता आणि हुंदके बाहेर पडायला आले होते.

त्यांचे वागणे पाहून मी चकीत झालो होतो. काही वेळ बोलल्यानंतर त्या लोकांचे वागणे पाहून माझ्या मनात असा विचार आला, की आम्ही त्यांचे खोटे एन्काऊंटर करण्यासाठी आलो आहोत, असे तर त्यांना वाटत नाही ना ? मला लगेच विश्वास वाटू लागला, की राजा सिंगला वाटणारी भीती ही मृत्यूची होती. त्यामुळेच राजा सिंग आणि त्याची पत्नी आतून इतके घाबरले होते. मी कालातीत सत्य पाहत होतो. निर्दोष लोकांची हत्त्या करताना एक क्षणभरही विचार न करणारा स्वतःच्या मृत्यूच्या भयाने गर्भगळीत झाला होता. प्रत्येकास आपला जीव किती लाडका असतो नाही का? किती विरोधाभास होता हा? त्यावेळी मला स्वर्गीय राम आसरे यादव, त्याची नवविवाहित पत्नी आणि मुलगी याची आठवण झाली. त्या मुलीने तर आपल्या वडिलांचा चेहराही पाहिला नव्हता.

समान बिंदूवर आल्यावर मुलभूत मानवी गरजा, जाणिवा आणि अडचणी दहशतवादी आणि पोलीस दोघांच्याही कुटुंबासाठी एक सारख्याच असतात. मी विचार केला, की मृत्यू आणि मृत्यूचे भय तसेच त्यामुळे होणारा विध्वंस याचा सर्वांच्या जगण्यावर एक सारखाच परिणाम होत असतो.

त्या लोकांकडून आवश्यक ती माहिती मिळवून आम्ही परत फिरलो. राजा सिंगने

सांगितले, की तो एका जमिनीच्या भांडणात तुरूंगात गेला होता. तिथे त्याची जवान्दाशी भेट झाली होती. तुरूंगात असतानाच जवान्दाने त्याला वचन दिले होते, की तुरुंगातून सुटल्यावर तो त्याला हवी असलेली जमिन मिळवून देईल.तेव्हापासूनच जवान्दा त्याचा धर्माचा भाऊ झाला होता. त्यामुळेच तो आणि त्याचे दहशतवादी सहकारी राजा सिंगच्या घरी येऊन राहत असत. त्याने असेही सांगितले, की त्याचा दयाळूपणा आणि मैत्रीपूर्ण वागण्याच्या भाराखाली दबून तसेच दहशतवाद्यांच्या भीतीमुळे राजा सिंग गुपचूप त्यांना सहकार्य करीत होता.

राजा सिंगने असेही सांगितले, की जवन्दा पळून पंजाबमध्ये गेला होता आणि आता या भागाचा एरिया कमांडर हिंरा सिंगच होता. राजा सिंगला आता निवांतपणे जीवन जगायचे होते. मी त्या पती पत्नीला आश्वासन दिले, की ते जर गुन्हेगारी आणि दहशतवादी जीवनापासून दूर राहणार असतील,तर त्यांनी निर्भयपणे आपले काम करावे. त्यांना पोलीस काहीही त्रास देणार नाहीत.

* *

राजा सिंगच्या शेजारी सिद्दा सिंग यांचे घर होते. सिद्दा सिंग बी.एस.टी.के. मध्ये खूप उच्च पातळीवरील दहशतवादी होता आणि त्याला टाडा ॲक्टखाली आत टाकले होते. त्यानेच हिंरा सिंग आणि जवन्दा यांची भेट घालून दिली असल्याचे मी ऐकले होते. अशा लोकांच्या घरी दहशतवाद्यांनी आसरा घेऊ नये म्हणून त्यांच्या घरावर पोलीसांचा पाहरा ठेवण्यात येत असे. सिद्दा सिंग यांच्या घरीही नागालँड पोलीसाची एक तुकडी लावली होती.

एके दिवशी नागा स्पेशल पोलीस तुकडीचे निरीक्षण करण्यासाठी मी तिथे गेलो. काही वेळ जवानांशी बोलल्यानंतर सिद्दाचे वडील गाड्याजवळ आले आणि मला एका कोपऱ्यात घेऊन गेले. अचानक दोन्ही हात जोडून ते मला विनंती करायला लागले, ‘साहेब, माझ्या बिचाऱ्या मुलींकडे पाहा. एका मुलीचे वय तर लग्नाचे झाले आहे. माझा मुलगा दहशतवादी झाला आहे. त्यात या मुलींचा काय दोष? मुलाने त्याची शिक्षा भोगावी, पण त्याची शिक्षा या बिचाऱ्या मुलींनी का भोगावी?” मी फार काही

समजू शकलो नाही तेव्हा सिद्दा सिंगच्या वडिलांने पुन्हा सांगायला सुरूवात केली, 'साहेब, कित्येक महिन्यांपासून आमच्या घरावर पोलीसांचा पाहरा आहे. हे आपल्या कुटुंबापासून हजारो कोस दूर आले आहेत. त्यांच्यातील काही लोक तर माझ्या मुलींना खाऊ क़ा गिळूच्या टाकण्याच्या नजरेने पाहतात. साहेब, यांच्यामुळे त्रस्त होऊन माझ्या मुलींना त्यांच्या काकाकडे पंजाबात पाठवावे लागले."

आता सिद्दाच्या वडिलांची अडचण माझ्या लक्षात आली. पोलीसांचा पहारा इतक्या ज़वळ लावायला नको, की ते तरूण मुलींच्या खाजगी जीवनात डोकाऊ शकतील. मग त्या दहशतवाद्यांच्या बहिणी असोत की मुली. त्यांच्या सन्मानाचे आणि मर्यादांचे रक्षण तर करायलाच हवे. त्यांनी तर काही गुन्हा केलेला नसतो. त्या स्वतःच पीडीत असतात. शेवटी वडील किंवा भावाच्या कृत्याची शिक्षा त्यांनी तरी का भोगावी? मी मन पक्के करून त्या जवानांना तिथून काढण्याचा निर्णय घेतला. सोबतच असाही निर्णय घेतला, की अन्यत्र कुठेही असे व्हायला नको. त्यानंतर तिथून पोलीस काही अंतरावर हलविण्यात आले.

* *

एके दिवशी आम्ही हिरा सिंगच्या शोधात निघालो होतो तेव्हा काशीपूरच्या रस्त्यावर एका सुंदर बागेजवळ आम्ही गाडी थांबविली. ते एखाद्या संपन्न व्यक्तीचे फार्म हाऊस असावे, असे वाटत होते. तिथे आंबा आणि पेरूच्या बागेसोबतच सुंदर नर्सरीही होती. ते त्या गावातील प्रमुख दरिया सिंग यांचे घर होते. ती सुंदर आणि शांत जागा पाहून मी थोडा वेळ तिथे थांबण्याचा निर्णय घेतला. तेवढ्या वेळात त्या घराबाबतचा 'किस्सा' ऐकायला मिळाला.

दरिया सिंग यांचे पोलीसांशी खूप चांगले संबंध होते. त्यांना पोलीसांचे सहकारी समजले जात असे. ते अतिशय सुखा समाधानाचे जीवन जगत होते. कारण त्यांच्याजवळ जमीन, शेती, धन, संपन्नता, इभ्रत असे सर्व काही होते. एके दिवशी अचानक दरिया सिंग आणि त्याच्या कुटुंबावर एक संकट आले. एके रात्री जवन्दा आपल्या पाच-सहा सहकाऱ्यांसह त्यांच्या शेतावर हजर झाला. त्याने दरिया सिंग यांना जेवण मागितले

तेव्हा दरिया सिंग यांना त्याला जेवण द्यावे लागले. दहशतवाद्यांनी मग त्यांच्याकडे झोपण्याची व्यवस्था करण्याची मागणी केली. दरिया सिंगने त्याचीही व्यवस्था केली. दहशतवाद्यांसाठी छतावर बाजा घालण्यात आल्या.

दहशतवाद्यांच्या मागण्या इथेच संपल्या नाहीत. दरिया सिंगला तीन तरूण मुली असल्याबद्दल जवान्दाने संकेत केला आणि त्या तिघींना वर छतावर पाठविण्याचा आदेश दिला. बिचारा बाप ! त्याच्या नशिबात असाच दिवस यायचा बाकी राहिला होता. दरिया सिंगला खूप संताप आला, पण आपला जीव कोणाला लाडका असत नाही. एके ४७ च्या समोर तो लाचार होता. त्याने दोन दिवसांचा वेळ मागितला.

दरिया सिंगने खूप धावपळ केली. आपल्या जातींच्या सर्व प्रतिष्ठितांसमोर त्याने हात जोडून विनंती केली, की या हैवानापासून कुणी तरी आपल्या मुलींचा बचाव करावा. मात्र कोणीच समोर आले नाही. कोणी येणार तरी कसे? संपूर्ण तराईत दहशतवाद्यांची दहशत पसरली होती. जवान्दा आणि हिरा सिंगचे नाव ऐकल्यावर सामान्य लोक आणि पोलीसही चळचळा कापत होते. हाही या भागात चर्चेचा विषय झाला होता, की एकदा एका फौजदाराने जवन्दाच्या पाया पाडून आपल्या प्राणांची भीक मागितली होती. अशा दहशतीच्या वातावरणात मदत करायला कोण पुढे येणार होते?

दरिया सिंग आणि त्याच्या कुटुंबांचे नशीब चांगले होते. दुसऱ्या दिवशी सकाळी त्या भागातून पोलीस जात होते. दरिया सिंगला पोलीस आपला सहकारी समजत होते त्यामुळे थोडा वेळ ते त्याच्या मुक्कामावर थांबले. दरिया सिंगने आपल्याला धोका दिल्याचा आणि पोलीसांना बोलावल्याचा जवन्दा आणि त्याच्या सहकाऱ्याने समज करून घेतला. दहशतवाद्यांनी छतावरूनच पोलीसांवर एके ४७ मधून गोळीबार करायला सुरूवात केली. अचानक झालेल्या या हल्ल्याने पोलीस चकित झाले. खरं तर ते तिथे आराम करण्यासाठी आले होते आणि इथे तर त्यांच्या जीवावर बेतले होते. पोलीस कोम्बिंगसाठी निघाले असल्यामुळे त्यांच्याजवळ हत्यारे होती त्यामुळे दहशतवाद्यांशी दोन हात करण्यात ते यशस्वी झाले. जवन्दा आणि त्याचे सहकारी छतावरून उड्या मारून मागच्या बाजूने ऊसाच्या शेतात पळाले. या हल्ल्यात अनेक निरापराध जनावरे मारली गेली. अशा प्रकारे

दरिया सिंग आणि त्याच्या कुटुंबाला दहशतवाद्यांपासून सुटका मिळाली.

दहशतवादाच्या सुरूवातीच्या काळात हे दहशतवादी धर्माचे ठेकेदार बनत असत आणि धर्मात घुसडण्यात आलेल्या वाईट गोष्टी मद्य, जुगार, वेश्यागमन इ.च्या विरोधात लढण्याचा विडा उचलीत असत. कालचक्राने असे रूप पालटले, एके -४७ च्या गोळ्यांनी या दहशतवाद्यांना इतके आंधळे केले, की हे तथाकथीत समजासुधारक चांगल्या वाईटातील फरक़ विसरून वाईट गोष्टींच्या विळख्यात अडकून पडले. त्याच कारणामुळे सामान्य जनता आणि समाजात त्यांची प्रतिमा डागाळली गेली. त्यामुळेच दहशतवाद मुळापासून उखडण्यात पोलिसांना यश आले.

* *

आम्ही लोकांनी एके दिवशी गावात दहशतवाद विरोधी चर्चेचे आयोजन केले. हा आमच्या दहशतवाद विरोधी मोहिमेचा एक भाग होता. त्या भागातील ठाणे अमंलदार आणि विभागीय अधिकारी यांनी अशा प्रकारची बैटक आयोजित करायला आधीच विरोध केला होता. तरीही मी आग्रह धरल्यामुळे काही निवडक लोकांना बोलण्यासाठी निवडण्यात आले. त्यातील कोणीही चुकीचे बोलणार नाही, याची दक्षता घेण्यात आली होती. कारण प्रत्येकाला आपले खरे मत मांडण्याची परवानगी दिल्याशिवाय वास्तवतेचा आभास निर्माण करण्यात येणार नव्हता. त्यामुळे मी हळूहळू सर्वांना आपले म्हणणे मोकळेपणाने मांडण्याची सूट दिली.

त्याच वेळी जमलेल्या गर्दीतून एक उंच पुरा धष्टपूष्ट जाट शिख उभा राहिला. त्याचे नाव होते बिरसा पहिलवान. त्याने चकीतच करून टाकले. संपूर्ण बैठकीतील वातावरणच बदलून टाकले. "या दहशतवाद्यांनी आम्हाला आणि आमच्या लोकांना काय दिले आहे? हा फक्त सत्ता आणि शक्तीचा खेळ आहे. या लोकांना धर्माशी काय देणे-घेणे आहे ? यांना फक्त पैसा आणि बायका पाहिजेत. दहशतवादा विरूद्धच्या लढाईत मी ठामपणे पोलीसांच्या सोबत आहे. दहशतवाद्यांत हिंमत असेल, तर त्यांनी यावे आणि मला मारून टाकावे."

त्या पहिलवानाने दाखविलेल्या धाडसामुळे जमलेल्या गर्दीवर जादू केली. त्यानंतर मग सर्वांनी दहशतवादाच्या विरोधात आपले विचार मोकळेपणाने व्यक्त केले. एक साधा सुधा गवातील प्रमुख, ज्याचे नाव सरदरा किंमत सिंग होते, त्यांनेही आपले विचार लोकांसमोर मांडले. त्याने अनेक मार्मिक प्रश्न उपस्थित केले. त्यामुळे तिथे आलेला प्रत्येक जण विचार करण्यासाठी प्रवृत्त झाला. त्याचे म्हणणे होते, "साहेब, मी प्रमुख आहे. माझी माझ्या गावात आणि आसपासच्या गावात चांगली इज्जत आहे. यापूर्वी ठाण्यात किंवा सरकारी कार्यालयात गेल्यावर मला चांगला मान मिळत असे. फौजदार आणि तहसिलदार सुद्धा मला आदराने बसायला सांगत असत. गावाची विचारपूस करीत असत. फौजदार गावात आल्यावर माझ्याच घरी थांबत असत."

इतके बोलल्यानंतर अचानक त्याचा गळा दाटून आला. कसे तरी त्याने आपल्यावर नियंत्रण मिळविले आणि पुढे बोलायला सुरूवात केली, "साहेब, गेल्या काही वर्षांपासून म्हणजे ज़ेव्हापासून दहशतवाद नावाच्या नागाने आपला फणा काढायला सुरूवात केली तेव्हापासून माझे जगणे मुश्किल झाले आहे. या दहशतवादाने मला पूर्णपणे उद्धवस्त करून टाकले आहे. आता मी पोलीस ठाण्यात गेल्यावर फौजदार तर दूरच राहिले तेथील शिपाई आणि कारकूनही माझ्याकडे संशयाच्या नजरेने पाहतात. माझी तलाशी घेतली जाते. जे फौजदार पूर्वी मला पाहिल्याबरोबर जाग्यावर उभे राहून माझ्याशी बोलत असत, मला बसायला सांगत असत, तेच आता मला नाही नाही ते प्रश्न विचारतात. गावात कुठे दहशतवादी तर आले नाहीत ना? त्यांनी कुणाकडे जेवण तर घेतले नाही ना? मी त्यांना एक तर दहशतवादी किंवा त्यांचा खबऱ्या वाटतो."

सरदार किमत सिंग यांची व्यथा अतिशय भावूक आणि मार्मिक झाली होती. त्याच भावूकपणे त्यांनी आपले म्हणणे मांडणे पुढे सुरू ठेवले, "साहेब, आम्ही काय करावे? आता तर मला माझ्या घराचाच संशय़ येऊ लागला आहे. मी खरेच दहशतवादी आहे, की काय, असे वाटू लागले आहे. ह्या संशयी नजरा आता आणखी सहन होत नाहीत. जिथे आमच्या देशभक्तीवर आणि माणुसकीवरच प्रश्नचिन्ह उभे केले जात असेल तर, ते जगणे काय जगणे आहे? या काही गुंड आणि बदमाशांनी सर्व जमातीवरच

असा कलंक लावला आहे, की प्रत्येक जण आमच्याकडे संशयाने पाहत आहे. " इतके बोलल्यानंतर किंमत सिंग हमसून हमसून रडू लागला.

दहशतवादाच्या वेदना आणि त्रास माझ्या समोर अनेक स्वरूपात अशा प्रकारे व्यक्त होत होता. हिंरा सिंगला मारल्यानंतर तराई भागातून दहशतवाद जवळपास संपला होता. पोलीस फाईलमध्ये अजूनही काही दहशतवाद्यांची नावे शिल्लक होती, जे अजून पकडले गेले नव्हते किंवा मारले गेले नव्हते. त्यामुळे हे सर्व दहशतवादी वॉण्टेड च्या यादीत मोडणारे होते. अशा प्रकारच्या एकाच दहशतवाद्याने, बग्गाने आत्मसमर्पण केले होते. बग्गाचे वय अवघे सोळा सतरा वर्षांचे होते. त्याला पोलीस कस्टडीत घेऊन त्याची चौकशी करण्यात आली तेव्हा दहशतवादातील अनेक आश्चर्यकारक बाबी समोर आल्या.

बग्गाला दहशतवाद्यांचे अनेक मुद्दे कळले नव्हते. ते का लढत होते? कोणासाठी लढत होते? कशासाठी लढत होते? याबद्दल त्याला काहीच माहीत नव्हते. त्याला तर फक्त एके ४७ चे आकर्षण होते. त्याच्यासाठी हिरा सिंग आणि जवन्दा एखाद्या चित्रपटातील हिरोसारखे आदर्श होते. बंदुकीच्या जोरावर मोठ्यात मोठी कामे सहज करून घेता येतात म्हणून त्याला दहशतवादी होण्याची प्रेरणा मिळाली होती. त्याच्याशी बोलत असताना हळूहळू मला हे जाणवायला लागले होते, की गुन्हे करण्याची त्याची अजिबात इच्छा नव्हती. इच्छा नसेल तर कोणीही व्यक्ती गुन्हा करू शकत नाही, हे कायदेतज्ज्ञांना चांगल्यापैकी माहीत असते. मला तर असे वाटते, की ती त्या अबोध तरूणाची फक्त जिज्ञासा होती, त्यामुळेच तो दहशतवादी व्हायला तयार झाला होता. एके ४७ कशी चालविली जाते. बॉम्ब कसा तयार करतात, बारूदी सुरूंग कसा लावला जातो, या गोष्टी त्याला बऱ्यापैकी माहीत होत्या. अशा प्रकारच्या अनेक घटनांमध्ये त्याचा सहभागही होता. गोळी चालविणे किंवा बॉम्ब तयार करणे, हे त्याच्यासाठी लाहान मुलांच्या खेळण्यासारखे होते. आपण किती क्रुर क़र्म करीत आहोत, याची त्याला अजिबात जाणीव नव्हती.

त्यांने समर्पण केल्यावर दुसरी दिवशीच्या वर्तमानपत्रात ठळक मथळे आले होते, 'वीस लोकांची हत्त्या करणारा कुप्रसिद्ध दहशतवादी बग्गाला अटक.' ते वाचल्यानंतर

बग्गा माझ्यासमोर हमसून हमसून रडत होता. अतिशय प्रांजळपणे तो म्हणाला, "साहेब, मी तुम्हाला खुनी वाटतो का? " तो खऱ्या मनाने सांगत होता. कारण त्याने हा गुन्हा केला तेव्हा आपण काय करीत आहोत, याची त्याला अजिबात जाणीव नव्हती. त्यामुळे किती निरापराध लोक मारले जातील, हे त्याला माहीत नव्हते.त्या वेळी तर तो आपल्या आदर्श मानलेल्या व्यक्तींसोबत राहण्याचा आनंद मिळवित होता. एके ४७ आणि बॉम्बचा चमत्कार पाहत होता. त्याने कधीही कोणाची हत्या करण्याची योजना आखली नव्हती. वृत्तपत्रातील कात्रणे पाहिल्यानंतर नकळतपणे आपण किती गुन्हे करून बसलो आहोत, याची त्याला जाणीव झाली होती.

दहशतवादाच्या त्या काळात काय माहीत किती लोकांची हत्या झाली होती. किती महिलांचे कपाळ उजाडले होते. इतकेच नाही, तर दहशतवाद्यांनी त्या काळात आपला क़ंपू वाढविण्यासाठी अनेक अबोध मुलांना आपल्या जाळयात ओढले होते. अनेक कोवळया आणि हळव्या मुलांना दहशतवादी केले होते. दहशतवादाच्या गर्भातून बाहेर पडलेली ही किती गंभीर वेदना होती.

* * *

भौतिकवाद, संधीसाधूपणा, मूल्यहीनता
या सर्वांच्या ओझ्याखाली आचके देणारी मानवता -
यात तसे काही नवे नाही...
युगानुयुगे हेच तर चालत आले आहे...!

वर्तमान युगाची बिकट समस्या
हीच आहे की...
जीवनातील या आंधळ्या स्पर्धेत
हीच तर सर्व जीवनमूल्ये बनली आहेत.

आणि ...
या स्पर्धेत जे सहभागी होत नाहीत,
ते मूर्ख आणि वेडे ठरतात.

('माझी डायरी' - फेब्रुवारी १९८८)

८

जेलरच गजाआड

गुन्हेगारांना सुधारण्यासाठी आपल्याकडे तुरूंग तयार करण्यात आले आहेत. गुन्हेगारी न्याय व्यवस्थेचा तो एक अतिशय महत्त्वाचा भाग आहे आणि गुन्हे थांबविण्यात तुरूंगाचा वाटा महत्त्वाचा असल्याचे मानले जाते. अलिकडच्या काही वर्षांत मात्र काही तुरूंग हेच मोठ्या गुन्हेगारांसाठी सुरक्षित ऐष आरामाची साधने झाली आहेत. अशा तुरूंगामध्ये मोठ्या गुन्हेगारांना सर्व प्रकारच्या सुख सुविधा उपलब्ध करून दिल्या जातात. काही ठिकाणी तर तुरूंगात राहूनच असे गुन्हेगार तुरूंगाच्या बाहेरील आपल्या गुन्हेगारी टोळ्या चालवीत असतात. अशा प्रकारचे गुन्हे करीत असताना त्यांना पोलीस किंवा इतर प्रतिस्पर्धी यांचीही भीती वाटत नाही. आज काल तर काही गुन्हेगार तुरूंगात राहून निवडणुकाही लढवतात.

तुरूंगात जाणारे सर्वच लोक काही भंयकर गुन्हेगार असत नाहीत. काही वेळा कायद्याचे पालन करणारे साधे भोळे नागरीकही कौटुंबिक भांडणांमुळे, संपत्तीच्या वादामुळे किंवा रस्ते अपघातासारख्या काही कारणामुळे तुरूंगात जातात. हे लोक तुरूंगात राहणाऱ्या गुन्हेगार माफियांचे बळी ठरतात. खतरनाक गुन्हेगार त्यांना तुरूंगातच मारण्याची धमकी देऊन त्यांच्या कुटुंबियांकडून मोठ-मोठ्या रकमा हडप करीत असतात. हे सर्व व्यवहार तुरूंगात राहूनच केले जातात. तुरूगांच्या बाहेर राहणारे गुन्हेगाराचे साथीदार या योजनांना अंतिम स्वरूप देण्याचे काम करीत असतात. अशा प्रकारे तुरुंगात असलेले अट्टल गुन्हेगार आपली वसुली सुरू ठेवतात. तसेच यासाठी त्यांच्यावर कोणताही गुन्हा दाखल होऊ शकत नाही कारण कायदेशीर रित्या सदर गुन्ह्याच्या वेळी ते तुरूंगात असतात. काही वेळेला तर तुरुंगातील कर्मचारीही या गुन्हेगारांच्या भीतीने गप्प बसतात. काही ठिकाणी तर या गुन्हेगारांना

तुरूंगातील कर्मचारीही सामील असल्याचे उघडकीस आले आहे.

एकदा मी एका तालुक्यातील वरिष्ठ पोलीस अधिक्षकपदी नियुक्त असताना एक म्हातारी व्यक्ती माझ्या कार्यालयात आली. त्याची कंबर वाकली होती आणि तो काठीच्या आधाराने चालत होता. तो गावातील एक लहानसा दुकानदार होता. त्याने मळालेले शर्ट आणि अनेक ठिकाणी फाटलेले धोतर घातले होते. त्या व्यक्तीने जराही न घाबरता ज्या ठामपणाने आपले म्हणणे मांडले ते खरोखरच स्तुती करण्यासारखे होते.

त्याने सांगितले, की त्याच्या जवळच्या गावातील एक गुन्हेगार जिल्हा तुरूंगात बंद आहे. तो त्याला सतत धमकीचे पत्र पाठवित होता. या पत्रातून त्या बदमाशाने एक लाख रूपयाची मागणी केली होती. रक्कम दिली नाही, तर त्या वृद्धाला किंवा त्याच्या तरुण नातवाला जिवे मारण्याची धमकीही दिली होती.

सर्वात महत्त्वाची गोष्ट म्हणजे इतक्या गरीब दिसणाऱ्या माणसाला कुणी खंडणी मागू शकतो, यावरच माझा विश्वास बसत नव्हता. याबाबतीत मी त्याला प्रश्न विचारला तेव्हा याबाबतचे माझे अनुमान चूक असल्याचे मला कळले. कारण वसुली कोणत्याही पातळीवर केली जाऊ शकते तसेच आपल्या जीवावर बेतल्यावर गरीबातील गरीब माणूसही आपले घर-दार, शेती विकून दाग-दागिने गहाण ठेवून गुन्हेगाराच्या तावडीतून सुटका करण्यासाठी लाख- दोन लाख रूपये जमा करत असतो.

यातील वाईट गोष्ट अशी होती, की गुन्हेगाराना सुधारण्यासाठी तयार करण्यात आलेल्या तुरूंगातूनच ही वसुली केली जात होती. हे पैसे कुणाला आणि कसे द्यायचे, याचाही मी विचार करीत होतो. माझी शंका मी त्या म्हाताऱ्या आजोबांना विचारल्यावर ते म्हणाले, की हे पैसे तर तुरूंगातच नेऊन द्यायचे आहेत. हे ऐकल्यानंतर मी दंगच झालो. मोठे आणि खतरनाक गुन्हेगार तुरूंगात राहून आपल्या गुन्हेगारी कारवाया सुरू ठेवीत असल्याचे मी ऐकले होते, पण तुरूंगातच पैसे गोळा केले जातात, ही लज्जास्पद आणि आश्चर्यकारक बाब मी पहिल्यांदाच ऐकत होतो.

आमची तुरूंगव्यवस्था इतक्या खालच्या पातळीपर्यंत बिघडली असेल, तर ही घाण मुळापासून नाहीशी करण्याचा मी संकल्प केला. मी मनाशी निश्चय केल्यावर त्या म्हाताऱ्या आजोबांना विचारले, "बाबा, या गुन्हेगारांना पकडण्यासाठी आम्ही जाळे टाकू शकतो, परंतू त्यात तुमच्या जिवाला धोका निर्माण होऊ शकतो. तुम्हाला

थोडे साहस आणि हिंमत दाखवावी लागणार आहे. तुमच्या मदतीशिवाय आम्ही काहीही करू शकणार नाही.”

त्या म्हाताऱ्या बाबांनी थोडा वेळ विचार केला आणि धाडस एकवटून म्हणाला, “मी तुम्हाला पूर्ण साथ देतो. या बदमाशांच्या बदमाशपणापासून परिसरातील लोकांची सुटका करण्यासाठी कोणत्याही थराला जाण्याची माझी तयारी असून मी मागे हटणार नाही.” तेव्हा मग मी त्यांना माझी सर्व योजना समजावून सांगितली. त्यानुसार तो त्या बदमाशांशी संपर्क साधून योजनेनुसार क़ारागृहामध्ये पैसे पोहचविण्याचा दिवस आणि वेळ नक्की करू शकेल.

ठरलेल्या दिवशी ते म्हातारे गृहस्थ दोन तास आधीच आले आणि येताना आपल्या सोबत नोंटांचे बंडलही घेऊन आले. यावेळी त्याच्या चेहऱ्यावर मला आत्मविश्वास दिसत होता आणि त्याच्या चालण्यातही ठामपणा होता. मी त्यांची फिरकी घेत म्हणालो, “बाबा, आज तर तुम्ही तरूण दिसायला लागलात.”

ते म्हातारे गृहस्थ भावनाविवश होऊन म्हणाले, “साहेब, तुम्ही काळजीपूर्वक माझे सर्व म्हणणे ऐकून घेतले. ते गंभीरपणे समजून घेतेले. मला मदत करण्यासाठी तुम्ही एक योजना आखली. हीच माझ्यासाठी खूप मोठी गोष्ट आहे. तुमच्या बोलण्यामुळे माझ्या आयुष्याला जणू नवीन अर्थ मिळाला आहे. या म्हाताऱ्या चे जीवन जर या परिसरातील लोकांना अशा प्रकारच्या बदमाशांपासून सुटका करून देण्यासाठी उपयोगी पडणार असेल, तर माझे जीवन धन्य झाल्याचे मी समजेन.”

हे म्हातारे बाबा फक्त स्वतःसाठी नाही, तर सर्व समाजासाठी उपयुक्त ठरू शकतात, असे मला वाटले. अशा बदमाशांना पकडून समाजाला अशा घाणीपासून मुक्त करता येते. त्या कमकुवत आणि म्हाताऱ्या गृहस्थाने दाखविलेले साहस पाहून मनातल्या मनात मला त्याच्याबद्दल कृतज्ञता वाटू लागली. कालपर्यंत जो माणूस इतका घाबरलेला आणि भयभीत झालेला वाटत होता, तोच आज इतक निर्भय होऊन छाती समोर काढून उभा राहिला होता. अशा प्रकारच्या वाईट गोष्टींपासून समाजाला मुक्तता मिळवून देण्यासाठी आपले प्राण द्यावे लागले तरी त्याची पर्वा नाही, असे तो ठामपणे सांगत होता.

आम्ही गुन्हेगाराला भेटण्यासाठी त्या म्हाताऱ्यासोबत जाणाऱ्या पोलीसांना साध्या पेहरावात पाठविले. नोटांच्या बंडलावर खुणा केल्या. मग या पोलीस पथकांसोबत त्या

म्हाताऱ्याला तुरूंगात पाठविले. साधारणपणे तुरूंगात प्रवेश करण्यासाठीचे नियम खूप कडक असतात. सर्वात आधी तर भेटण्यासाठी परवानगी घ्यावी लागते. परवानगी मिळाल्यानंतर त्या व्यक्तीचा सर्व तपशील क़ारागृहाच्या रजिष्टरमध्ये नोंदवावा लागतो. किती वाजता आत आला. किती वाजता बाहेर पडला, कोणाला भेटायचे आहे. इ.इ.

साध्या पेहरावातील पोलीसांना ही सर्व माहिती भरून द्यावी लागली, पण त्यांच्यासोबत आलेल्या त्या म्हाताऱ्याला मात्र अशा प्रकारची कोणतीही औपचारिकता पूर्ण करावी लागली नाही. तुरूंगातील कर्मचारी जेलच्या रजिष्टरमध्ये त्याची कोणतीही नोंद न करता संबंधित गुन्हेगाराला भेटण्यासाठी तुरूंगात घेऊन गेले. यावरून हेच स्पष्ट होत होते, की तुरूंगातील कर्मचाऱ्यांना अशा प्रकारच्या वसुलीची आधीपासूनच माहिती होती आणि ते त्याला सामील होते.

गुन्हेगाराने त्याच्याकडून नोटांचे बंडल घेतले आणि त्याला आश्वासन दिले, की आता त्याच्या किंवा त्याच्या नातवाच्या जिवाला काहीही धोका नाही. तो स्वतः तर आता त्यांना काही करणार नव्हताच शिवाय इतर गुन्हेगारांपासूनही त्यांचा बचाव करणार होता. मग त्याने ते नोटाचे बंडल तुरुंगातील कर्मचाऱ्याला दिले, जो नंतर त्याची वाटणी करणार होता.

या वेळपर्यंत पोलीसांनी आपली खरी ओळख दाखवली नव्हती. त्यांनी मला फोनवर सर्व घटनाक्रम सांगितला आणि आता पुढे काय करायचे ते विचारले. आपली ओळख सर्वांना सांगा आणि त्या वृद्धाला कोणतीही झडती न घेता तसेच कोणतीही परवानगी न घेता तुरूंगात कसे काय पाठविले याचा जाब सर्वांना विचारा, असे मी त्यांना सांगितले. पैसे कसे काय घेतले आणि आता ते तुरूंगातील कर्मचाऱ्याकडे कसे काय आले? तुरूंगातील नियमावलींचे पालन का करण्यात आले नाही? अशी सर्व चौकशी करण्याविषयी मी सांगितले.

पोलींसांनी वरील सर्व प्रश्नांची तुरूंगातील कर्मचाऱ्याकंडे गांभीर्याने चौकशी केली. या सर्व गुन्ह्यात तुरूंगातील काही कर्मचारीही सामील असल्याचे या चौकशीवरून स्पष्ट झाले होते. कारण त्यांची अनुमती असल्याशिवाय असे काहीही करणे अजिबात शक्य नव्हते.

आतापर्यंत मी पोलीस अधिकारी म्हणून पोलीस कर्मचाऱ्यांच्या विरूद्ध येणाऱ्या तक्रारींची चौकशी करून त्यांच्यावर कारवाई करीत होतो. तुरूंगातील कर्मचाऱ्याकडून

आपल्या लहान सहान वैयक्तिक स्वार्थाकरता समाजाला किती मोठ्या प्रमाणात नुकसान पोहचविले जात होते, ते मी पहिल्यांदाच पाहत होतो. काही सरकारी अधिकारी आणि कर्मचाऱ्यांच्या अशा प्रकारच्या भ्रष्ट वागण्यामुळे आणि कृत्यामुळे लोकांची न्याय व्यवस्था आणि प्रशासनावरील विश्वास उडाला होता.

मी अतिशय कडक निर्णय घेत या गुन्ह्यात समावेश असलेल्या सर्व कर्मचाऱ्यांना आणि तुरूंग अधिकाऱ्याला बेकायदा वसुलीच्या कलमाखाली जागीच अटक करण्याचे निर्देश दिले. तुरूंगाच्या इतिहासात असे पहिल्यांदाच झाले असावे, की त्या तुरुंगाचा अधिकारीच एक गुन्हेगार म्हणून त्या तुरूंगात ग़जाआड झाला आहे. तुरूंगातील कर्मचारी संघटनेने राज्यव्यापी बंद पुकारण्याची धमकी दिली. कायदा आपले काम करीत होता. शेवटी सर्व प्रकारच्या विश्लेषणानंतर पुरेशा साक्षी पुराव्यामुळे तो गुन्हेगार आणि तुरुंगातील कर्मचाऱ्यांविरूद्ध चार्जशीट तयार करून न्यायालयात पाठविण्यात आली.

त्या तुरूंगात आलेले नंतरचे तुरूंगाधिकारी खूप कडक होते. लवकरच त्यांनी तुरूंगाच्या कार्यपद्धतीत योग्य त्या सुधारणा केल्या. तसेच तुरुंगातील गुन्हेगारांना त्यांनी याची जाणीव करून दिली, की तुरुंगात कोणत्याही प्रकारचा गुन्हा करू दिला जाणार नाही.

ते म्हातारे बाबा खरोखरच आनंदी झाले होते. समाजाच्या रक्षणासाठी त्यांनी खरोखरच एक आदर्श उभा केला होता. त्याचबरोबर त्यांनी दाखविलेल्या धाडसामुळे खाकी वर्दीलाही माणूसकीची सेवा करण्याची एक संधी मिळाली.

* * *

तुझ्या अमर्याद प्रवाह विस्तारात
हजारो असाह्य लोक वेदनेने विव्हळत असतात,
तरीही तू निःशब्द वाहत असतेस.

तुझ्या काठावर नैतिकता ध्वस्त होत राहते,
आणि मानवता विव्हळत असते,
तरीही तू भरभरून वाहत असतेस,

हे शक्तिमान गंगा माते!
इतिहास तुला असे मागणे घालतो की
तू सतत पुढे जा आणि सामान्य माणसाला शक्ती दे
म्हणजे मग तो स्वतः पुढे येऊन
आपला लढा स्वतः लढायला शिकेल.

(भूपेन हजारिका यांच्या 'गंगा' कवितेतील काही भाग)

९

मृत्यूछाया... भीवविती हृदया!

हरिद्वार हे हिंदूंचे अत्यंत पवित्र स्थळ आहे. हरिद्वार म्हणजे हर आणि हरि म्हणजेच शिव आणि विष्णू यांचे द्वार म्हणून ओळखले जाते. हरिद्वारचे पुराणातील नाव गंगाद्वार आहे. मोक्षदाती पवित्र गंगा माता डोंगरी भागातून वाहत आल्यावर पहिल्यांदाच हरिद्वार येथे मैदानी प्रदेशात प्रवेश करते. गंगेबाबत देशभरातील लोकांच्या मनात जी अतूट श्रद्धा आहे, आस्था आहे, ती हरिद्वारला आल्यावर अधिक वाढते. पण दुःखाची गोष्ट अशी की ही पवित्र नगरीही गुन्हेगारीपासून वंचित नाही. गंगेच्या या पावन धरतीवर वेळो वेळी मोठे मोठे गुन्हेगार आणि माफिया सक्रिय झाले आहेत.

२००३ साली हरिद्वार येथे वरिष्ठ पोलीस अधिक्षक म्हणून माझी नियुक्ती करण्यात आली तेव्हा एक अतिशय संपन्न कुटुंबातील वाटणारा एक तरूण एके दिवशी माझ्या कार्यालयात आला. त्याला माझ्याशी एकांतात काही तरी बोलायचे असल्याचे त्याने मला सांगितले. त्याच्या एकूण हावभावावरून तो खूप भयभीत असल्याचे वाटत होते. त्याचे रूडकी येथे इलेक्ट्रॉनिक्सचे दुकान होते. कोणी तरी माफीया डॉन त्याला वारंवार धमकी देऊन दहा लाख रूपयांची मागणी करीत होता. मागणी पूर्ण केली नाही, तर त्याला आणि त्याच्या कुटुंबाला जिवे मारण्याची धमकी देत होता.

त्याला गुपचूप एकट्यालाच सांगायचे आहे, हे पाहून मला जरा विचित्रच वाटले.

थोड्या वेळानंतर मला त्याची मनोदशा कळली. त्याच्या मनात भीती इतक्या खोलवर रूजली होती,की त्याचे म्हणणे माझ्याशिवाय इतर कुणी ऐकावे, कुणाला कळावे, असे त्याला वाटत नव्हते. त्याला वाटणारी ही भीती साहजिक होती कारण ही गोष्ट खुली झाल्यावर त्याच्या जिवाला धोका होता. मी त्याचे सर्व म्हणणे काळजीपूर्वक ऐकले आणि केससंबंधी सर्व आवश्यक माहिती त्याच्याकडून मिळविली. जो बदमाश या व्यापाऱ्याकडे पैसे मागित होता, तो खरोखरच या भागातील कुप्रसिद्ध आणि नामी बदमाश होता. त्याच्यावर आतापर्यंत हत्या, लूट आणि खंडणी वसुलीचे ३० हून अधिक गुन्हे दाखल झाले होते. गुन्हेगारी जगतात त्याचे नाव इतके प्रसिद्ध झाले होते, की लोक त्याच्याविरूद्ध तक्रार करण्याची हिमत करीत नसत. मी संबंधित ठाणे अमंलदाराला फोन करून त्याला सर्व प्रकारची मदत आणि सहकार्य करण्याचे आदेश दिले. त्याच बरोबर माझ्या अखत्यारीतील एस. ओ. जी.(स्पेशल ऑपरेशन ग्रुप युनिट) लाही त्याच्या मदतीसाठी लावले. जे फोन घेण्यासाठी आणि इतर प्रकारची रणनीती आखण्यासाठी त्याला मदत करणार होते. त्याशिवाय त्याच्या अतिरिक्त सुरक्षिततेसाठी एक गनरही देण्यात आला.

खरं तर त्या युवकाने त्या भागातील अतिशय कुप्रसिद्ध आणि नामांकित गुन्हेगाराविरूद्ध तक्रार देण्यासाठी पुढे येणेच खूप धाडसाचे काम होते कारण वर्तमान व्यवस्थेत अशा लोकांविरूद्ध तक्रार दाखल करण्याचे धाडस खूप कमी लोक दाखवतात. कायद्याचे सध्या जे काही स्वरूप समोर येत आहे, ते पाहून असे वाटते, की कायद्याची जितकी भीती सामान्य माणसाला वाटते तितकी ती गुन्हेगारांना वाटत नाही. गुन्हेगार लोक यंत्रणेत असलेल्या पळवाटा आणि उणिवा शोधतात आणि त्याचा फायदा घेऊन समाजातील सभ्य व्यक्तींना आणि त्याच्या साक्षिदारांना त्रस्त करीत असतात. या कडव्या गुन्हेगारांची हिंमत इतकी वाढली आहे, की कोणत्याही प्रकारच्या भिंती आणि कुलुपेही त्यांना अडवू शकत नाहीत. अशी एकूण परिस्थिती असताना व्यापारी वर्गातील त्या सामान्य युवकाने माझ्यापर्यंत येण्याचे धाडस दाखविले, पोलीसांवर असलेला आपला विश्वास व्यक्त केला. हे सर्वच कौतुकास्पद होते.

मी माझ्या बाजूने एकूण परिस्थिती पाहता सर्व प्रकारची शक्य आणि आवश्यक पावले उचलली होती. या परिस्थितीत पोलीस यापेक्षा अधिक काही करू शकत नव्हते. सुमारे एक आठवड्यानंतर तो तरूण पुन्हा माझ्याकडे आला. यावेळी त्याच्या चेहऱ्याचा रंग उडाला होता आणि त्याचे पूर्ण शरीर थरथर कापत होते. एक प्रकारे त्याची दातखिळी बसली होती. मी त्याच्यासोबत जी एस.ओ.जी. ची टिम दिली होती, त्यांनी टेलिफोन टेप करण्यासाठी त्याला मदत केली होती. त्याने मला एक टेप देऊन ती ऐकण्याची विनंती केली, "साहेब, तुम्ही कसेही करून ही टेप एकदा ऐका. यापेक्षा जास्त काही सांगण्याची माझ्यात शक्ती उरली नाही."

ती टेप ऐकल्यावर मीही दंग झालो. मी इतकी घाणेरड्या आणि अभद्र शिव्या असलेली भाषा आयुष्यात कधीही ऐकली नव्हती. तो माफिया डॉन इतका संतप्त झाला होता, की त्याचे त्याच्या बोलण्यावर नियंत्रण राहिले नव्हते. खरं तर अशा प्रकारच्या शिव्यांच्या आधारेच या लोकांची रोजी-रोटी चालत असते. अशा शिव्यांमुळेच सभ्य आणि असहाय्य लोक हादरून जात असतात.

बिचारा व्यापारी माझ्यासमोर बसून थरथर कापत होता. त्याच्या डोळ्यात आसवे भरली होती. दीर्घकाळ पोलीस सेवेत राहूनही अशा प्रकारच्या घाणेरड्या आणि अभद्र शिव्या ऐकून मीही आतून हादरलो होतो. खरं तर त्याने पोलीसात आपल्या विरूद्ध तक्रार का केली म्हणून त्या डॉनला इतका संताप आला होता. त्याच्या आधी त्याने पन्नास एक लोकांकडून अशा प्रकारे खंडणी वसूल केली होती, अनेकांची भर दिवसा हत्या केली होती. तरीही कोणीही त्याच्या किवा त्याच्या बगलबच्च्यांच्या विरोधात तक्रार दाखल करण्याची हिंमत दाखविली नव्हती. डॉनच्या अस्तित्वाला दिलेले हे खुले आव्हान होते.

माफिया डॉनने त्याला मोकळ्या शब्दात सांगितले होते, की आता त्याला त्याच्याकडून दहा वीस लाख रूपये नको होते,तर त्याला आणि त्याच्या कुटुंबालाच संपवून टाकायचे होते. कारण एका सामान्य व्यापाऱ्याने त्याच्या विरूद्ध पोलिसात तक्रार देऊन माफिया डॉनची प्रतिष्ठाच पणाला लावली होती. माफिया डॉनच्या धमकीतील शेवटचा भाग माझ्याशी संबंधित होता. त्या माफियाने मला आव्हान दिले होते, की तो एस.एस. पी. तुला कोणत्याही किमतीवर वाचवू शकणार नाही. तो आणि त्याचे कुटुंब जिथे असेल तिथून त्याला शोधून काढण्यात येईल. आपल्यावर आधीपासून असलेल्या २० एक हत्या आणि इतर प्रकरणात पोलीस आपले काही बिघडवू शकले नसल्याचे त्याने सांगितले होते. आता पोलीस माझे काय करू शकते, ते पाहून घेईल, असे आव्हानही त्याने दिले होते.

टेपमधील डॉनच्या गोष्टी ऐकून काही क्षण तर मलाही कळले नाही. कारण इतक्या प्रभावी आणि विश्वासू भाषेत मी कोण्या गुन्हेगाराला पोलीसांच्या विरोधात बोलताना ऐकले नव्हते.

परिस्थिती या टोकाला आल्यानंतरच कुठे ना कुठे आपली गुन्हेगारी न्यायव्यवस्था लाचार जाणवू लागते. मोठे मोठे गुन्हेगार दिवसा ढवळ्या हत्या करतात तेव्हा त्यांच्या विरूद्ध साक्ष देण्याची हिमंत कोणी करीत नाही. सगळी कायदा आणि सुव्यवस्था अशा वेळी अपंग झाल्यासारखे वाटते. व्यापाऱ्याने दाखल केलेला एफ. आय. आर. हाच मूळ मुद्दा होता त्यामुळेच व्यापारी आणि त्याचे सर्व कुटुंब मृत्यूच्या काठावर येऊन थांबले होते. व्यापाऱ्याने आपल्या मुलांना शाळेत पाठवणेही बंद केले होते. दर वेळी त्याच्या मनात असे विचार येत होते, की डॉनने त्याच्यावर आणि त्याच्या कुटुंबावर गोळयांचा वर्षाव केला आहे. मला आमच्या ठाणे अमलदाराच्या मूर्खपणाचाही संताप आला. त्याने व्यापाऱ्याला मदत करण्याऐवजी मध्येच एफ. आय. आर दाखल करून प्रकरणाला वेगळे वळण दिले होते. त्याने या व्यापाऱ्याकडून डॉनच्या विरोधात एफ आय आर दाखल करण्याऐवजी दुसरा काही तरी मार्ग स्वीकारायला हवा होता.

एफ आय आर दाखल केल्यामुळे त्या व्यापाऱ्याच्या जिवाला असलेला धोका आणखी वाढला होता. त्यासाठी मी स्वतःही कुठे ना कुठे जबाबदार असल्याचे मला वाटत होते. एका पूर्ण कुटुंबाला रात्रंदिवस संपूर्ण सुरक्षा देण्यासाठी फक्त एक गनमॅन पुरेसा नाही, हे मलाही माहीत होते.

या डॉनशी दोन हात करणे हे आता माझ्यासाठी खूप मोठे आव्हान झाले होते. हा माफिया डॉन या व्यापाऱ्याला कोणत्याही प्रकारचे नुकसान करण्यात यशस्वी झाला, तर तो पूर्ण पोलीस यंत्रणेवरील काळा डाग असेल, असे मला वाटू लागले होते. ज्या माणसाने वेळीच पोलीसांकडून सहकार्य मागितले होते, माझ्यावर विश्वास टाकला होता, त्याचे सारे कुटुंब आता मृत्यूच्या दाढेत गेले होते. माझ्या मनात वारंवार एकच विचार येत होता, की त्या व्यापाऱ्याला वाचविण्यात आम्हाला अपयश आले, तर फक्त पोलीसांची प्रतिमाच डागळणार नाही, तर त्या भागात त्या डॉनची दहशत मोठ्या प्रमाणात पसरेल, तसेच नंतर मग दुसरी कोणीही व्यक्ती पुन्हा त्याच्याविरूद्ध आवाज उठविण्याची हिंमत करणार नाही.

व्यापाऱ्याची अवस्था पाहून आता पोलीसांकडे खूप कमी वेळ असल्याची मला जाणीव झाली होती. पोलीसांना एकजूट होऊन योजनाबद्ध पद्धतीने खूप वेगवान कारवाई करण्याची आवश्यकता होती. तो व्यापारी तर एक प्रकारे मृत्यूच्या छायेत वावरत होता. त्याच्या या अवस्थेसाठी कुठे ना कुठे पोलीसच जबाबदार होते. एका फोन कॉलने त्याचे जीवनच बदलून टाकले होते. त्या एका फोननंतर त्याची रात्रीची झोप उडाली होती. त्याने स्वतःला एका खोलीत कोंडून घेतले होते. त्या एका फोननंतर त्याने आपल्या दुकानावर जाणे बंद केले होते, तसेच बाहेर कोणत्या कार्यक्रमाला जाणेही बंद केले होते. दारावरच्या बेलचा आवाज ऐकून तो डॉन किंवा त्याचे सहकारी आपल्याला मारण्यासाठी तर आले नाहीत ना, अशी त्याला भीती वाटत होती.

आम्ही खरोखरच त्या तरुणाला आणि त्याच्या कुटुंबाला त्या माफिया डॉनपासून वाचवू शकू का? हेच माझ्यासाठी जास्त महत्त्वाचे होते. मला स्वतःलाही पुरेसा विश्वास

वाटत नव्हता कारण या आधीही आमच्या एसओजी टिमने त्याच्या फोनकॉलचा पिच्छा पुरवत दोन वेळा त्या गुन्हेगाराला पकडण्याचा प्रयत्न केला होता. दोन्ही वेळा हाती अपयश आले होते. तो माफिया आपल्या ऑपरेशनमध्ये खूप तरबेज होता. आणि पोलीसांच्या कारवाईवर त्याचे अतिशय बारकाईने लक्ष होते. त्यामुळे दर वेळी तो चार किंवा पाच मिनिटांनी आपला पीसीओ बदलत असे. आपण कॉल केलेला पीसीओ शोधण्यासाठी आणि तिथपर्यंत पोहचण्यासाठी पोलीसांना दहा मिनिटे तरी लागतील, हे त्याला चांगल्या प्रकारे माहीत होते. आमचे एसओजीचे जवान आपल्या परीने सर्वोत्तम प्रयत्न करूनही हिंदी चित्रपटातल्या प्रमाणे गुन्हेगार निघून गेल्यावर पीसीओवर पोहचत असत.

आमचे मार्ग खूप मर्यादित होते. पैसे देऊन आपली सुटका करून घेण्याचा मार्गही आता व्यापाऱ्यासाठी बंद झाला होता. तसेही आता हे प्रकरण इतके पुढे गेले होते, की आता व्यापाऱ्याने पैसे देऊन आपली सुटका करून घेतली असती, तर पोलीसांसाठी ती अतिशय निषेधात्मक बाब झाली असती. आपल्याला नक्की यश मिळेल, याबाबत आमच्या पोलीसांना खात्री होती. त्याची हिम्मत दाद देण्यासारखी होती. त्यामुळे पोलीसांची प्रतिमा कायम ठेवण्यासाठी कोणत्याही थराला जाण्याचा मी निर्णय घेतला. हे आव्हान स्वीकारून कोणत्याही किमतीवर त्या व्यापाऱ्याला आणि त्याच्या कुटुंबाला वाचविण्याचा आणि गुन्हेगाराला पकडण्याचा मी मनातल्या मनात ठाम संकल्प केला आणि पोलीस सहकाऱ्यांनाही त्यासाठी प्रेरीत केले.

त्या व्यक्तीला देण्यात आलेले संरक्षण आणखी वाढविण्यात आले. त्यामुळे २४ तास त्याच्या मनात सुरक्षिततेची भावना राहणार होती. त्याचा आत्मविश्वास कायम राहणार होता. मी त्याला आणि आमच्या गन मॅनला सुरक्षिततचेचे बरेचसे उपाय सांगितले. कोणत्या परिस्थितीत त्यांनी काय करायला हवे आणि काय करू नये, हेही सांगितले. एसओजी च्या लोकांनी त्याला फोनवर जास्त काळ बोलणे कसे लांबवायचे, याचेही प्रशिक्षण दिले. त्यामुळे पोलीसांना ऑपरेशन करण्यासाठी वेळ मिळू शकेल.

सदरचा माफिया डॉनने दुसऱ्या एका कुटुबालाही खंडणीसाठी धमकी दिली असल्याचे एसओजीने मला सांगितले. त्यांच्या घरात एक तरूण मुलगीही होती. या कुटुंबाच्या मनात भीती निर्माण करण्यात तो डॉन आणि त्याचे सहकारी य़शस्वी झाले होते.

मी आपली रणनीती आखली. मी त्या दुसऱ्या कुटुंबाला माझ्याजवळ बोलावले. त्यांनाही विश्वासात घेतले. दोन्ही कुटुंबातील सदस्यांना टेलीफोनवर बोलणे कसे लांबवायचे याचे एसओजीने प्रशिक्षण दिले. दुसऱ्या बाजूला पीसीओपर्यंत लवकरात लवकर पोहचण्याची क्षमता निर्माण केली. तसेच ज्या भागातून हे बदमाश लोक फोन करीत असत, त्या वेगवेगळ्या ठिकाणी पाच टिम करून ठेवल्या होत्या. अशा प्रकारे चांगला अभ्यास करून पोलीसांनी पीसीओपर्यंत पोहचण्याच्या प्रयत्नात वेळेची बचत केली.

सुमारे एक आठवडा दोन्ही कुटुंबांना भीतीच्या छायेत घालवावा लागला. या काळात आलेले कॉलही थोड्या कमी लांबीचे होते; पण तेही तितकेच घाणेरड्या भाषेतले होते. या कॉलवरून इतकी माहिती तर मिळाली की ते गाझियाबाद किंवा त्याच्या आसपासच्या परिसरातून केले जात होते. त्यामुळे आम्ही लगेच गाझियाबाद पोलीसांशी संपर्क साधला.

शेवटी एक़े दिवशी त्या माफिया डॉनने त्या वृद्ध जोडप्याला फोन केला. तो महिलेने उचलला होता. डॉनने बोलण्याची सुरूवात नेहमीप्रमाणे पैशांची मागणी करीत केली. थोड्या वेळाने फोन माफिया डॉनच्या सहकाऱ्याने घेतला. तो थोडा रंगील्या स्वभावाचा वाटत होता. त्याने त्या महिलेकडे अशी मागणी केली, की ती

महिला पैसे देऊ शकत नसेल, तर तिने एका रात्रीसाठी तिच्या मुलीला आपल्याकडे पाठवावे. अशी कामूक आणि घाणेरडी मागणी ऐकल्यावर त्या महिलेच्या संतापाचा स्फोट झाला. तिच्यातील हरवलेले धाडस परत आले. आपल्या मुलीच्या इज्जतीचे रक्षण करण्यासाठी ती घायाळ सिंहीणीसारखी गरजली आणि तिने डॉनच्या सहकाऱ्याला त्याच्यापेक्षा मोठ्या आवाजात सुनावले. त्याला म्हणाली, की तुझ्या घरात कोणी माय बहिणी आहेत की नाहीत म्हणून तुझी नजर माझ्या मुलीवर गेली आहे.

एकूणातच तो दिवस पोलीसांसाठी चांगला होता. कितीही हुशारातील हुशार गुन्हेगार असला, तरीही त्याची काही ना काही कमजोरी असते. त्यामुळे डॉनच्या सहकाऱ्याच्या मनात मुलीची अभिलाषा निर्माण झाल्यावर तो आपल्या धंद्यातील मूळ नियमही विसरून गेला. आपण फोनवर किती वेळ बोलत आहोत, याचाच त्याला बोलता बोलता विसर पडला. तो फोंनवर बराच वेळ बोलत राहिला.

या दरम्यान एसओजी टिमने हा फोन कॉल ट्रेस केला होता. तो गाझियाबादमधील एखाद्या पीसीओवरून केला होता. आमची एसओजी टिम आधीपासूनच गाझियाबाद पोलीसांच्या संपर्कात होती. तीन चार वेळा अपयशी झालेल्या दोन्ही पोलीस टीम यावेळी मात्र त्या बदमाशाचे त्या महिलेशी दीर्घकाळ चाललेल्या बोलण्यामुळे पीसीओवर पोहचली. पोलीसांना आलेले पाहिल्यावर डॉन आणि त्याचे सहकारी चपापले. तेव्हा त्यांना फोनवर बोलण्यात घालवलेला वेळ आणि आपली चूक याची जाणीव झाली. एक क्षण भर तर त्यांना काय करावे ते कळलेच नाही. कारण पोलीस कधी आपल्याला अशा प्रकारे घेरू शकतील, याचा त्यांनी विचारच केला नव्हता. पहिल्या वेळीच ते फोनवर पाच मिनिटांपेक्षा जास्त वेळ बोलले होते आणि पहिल्या वेळीच त्यामुळे ते पकडले गेले होते. लवकरच त्यांनी स्वतःला सावरले आणि तेथून पळून जाण्याचा प्रयत्न करीत त्यांनी पोलीसांवर अंदाधूंद गोळीबार सुरू केला. पोलीसही सतर्क आणि सावध होते. पोलीसांनीही स्वसंरक्षणार्थ फायरिंग केली. पोलीस टिमच्या वतीने प्रत्यूतरादाखल जीवाची बाजी लावून केलेल्या फायरिंगमुळे दोन्ही बदमाश जाग्यावरच ठार झाले. पोलीस टिमच्या प्रमुखाने अतिशय योजनाबद्धरित्या सर्व काम केले होते.

दिवसा ढवळ्या गोळ्यांचा आवाज ऐकून आसपासच्या लोकांची गर्दी जमा झाली. ते सर्व जण पोलीसांनी दाखविलेल्या दुर्दम्य साहसाचे कौतुक करीत होते.

अशा प्रकारे दहशतीच्या एका युगाचा शेवट झाला होता. ज्यांची रात्रीची झोप उडाली होती, अशा दोन कुटुंबांमध्ये पुन्हा आनंदाचे वातावरण निर्माण झाले होते. त्या दिवशी आणखी किती तरी कुटुंबांनी सुटकेचा श्वास सोडला असेल. शेवटी सत्याचा विजय आणि वाईटाचा शेवट झाला होता. मीही मोकळेपणाने श्वास घेतला कारण आम्ही जे आव्हान स्वीकारले होते, ते पोलीसांनी प्रत्यक्षात करून दाखविले होते. पोलीसांची प्रतिमा धुळीत मिळण्यापासून वाचविली होती. आात तर ती आणखी उजळ झाली होती. या प्रकरणी मिडिया आणि लोकांनी आमचे मोकळेपणाने कौतुक केले होते. तसेच पोलीस टिमला सन्मानीतही करण्यात आले होते.

ज़ीवनात काही क्षण असे असतात, की त्यावेळी आपण खाकी वर्दीधारी असल्याचा आपल्याला अभिमान वाटत असतो. कारण मृत्यूच्या छायेखाली जगणाऱ्या हजारो कुटुंबांना निश्चिंत होऊन जगण्याची अशा वेळी संधी मिळत असताना आपण पाहत असतो.

* * *

आजकाल सर्वच सहभागी झाले आहेत जीवनातील आंधळ्या स्पर्धेत
पुढे काही तरी मिळविण्यासाठी ही स्पर्धा नाही
स्पर्धा यासाठी आहे, की आपण मागे रहायला नको.

आपण त्यांना विचारले- ही स्पर्धा कशासाठी?
तेव्हा ते उत्तर देतात...
पुढे पळत रहा फक्त
उद्देश आणि अर्थ शोधीत राहिलात,
तर मागे पडाल !

आजच्या युगातील ही म्हण आहे-
'विचार करू नका, पुढे पळा.'
म्हणूनच त्याचे नाव आहे,
आंधळी स्पर्धा !

('माझी डायरी' - ऑगस्ट १९८७)

१०

आंधळी स्पर्धा

मथुरा हे देशातील महत्त्वाच्या धार्मिक स्थळांपैकी एक महत्त्वाचे स्थळ आहे. यमुनेच्या किनारी वसलेले हे शहर भगवान श्रीकृष्णाचा जन्म आणि बालक्रीडांसाठी प्रसिद्ध आहे. संपूर्ण बृज परिसरात भगवान श्रीकृष्णाच्या बाललीला आणि रासलीलाच्या कथा सांगितल्या जातात. मग ते गोकूळ असो, की वृंदावन; बरसाना असो की गोवर्धन पर्वत. येथील कणा कणात भगवान श्रीकृष्ण वास करीत असल्याचे जाणवते. मथुरेला आल्यावर इथला प्रत्येक जण कृष्णाच्या रंगात रंगला असल्याचे जाणवते. आजही पूर्ण बृजभागामध्ये खेळली जाणारी होळी, विशेषतः बरसाने येथील लठमार होळी खूप प्रसिद्ध आहे या होळीचे आपले असे एक वैशिष्ट्यपूर्ण स्थान आहे. तिचा आनंद घेण्यासाठी जगभरातील लोक होळीच्या वेळी इथे एकत्र होतात आणि स्वतःला येथील होळीच्या रंगात रंगवून टाकतात. बृज भागातील लोक परस्परांना अभिवादन करताना 'राधे कृष्ण,' 'राधे राधे' 'जय श्री कृष्ण' असे म्हणतात.

२००० साली मलाही या श्रीकृष्णाच्या नगरीत वरीष्ठ पोलीस अधिक्षक म्हणून काम करण्याची संधी मिळाली. मथुरेपासून सुमारे पंचवीस अंतरावर गोवर्धन पर्वत आहे. तो अरवली पर्वतराजींचा एक भाग असल्याचे जाणवते. पौराणिक कथेनुसार मथुरावासियांना इंद्राच्या प्रकोपापासून वाचविण्यासाठी श्रीकृष्णाने या पर्वताला आपल्या करंगळीवर उचलले होते. या भागातील सर्व नागरिक आणि जनावरे मुसळधार पावसात गोवर्धन पर्वताखाली उभे राहिले आणि इंद्रदेव त्याचे काही नुकसान करू शकले नाहीत. असेही म्हणतात, की भगवान श्रीकृष्णाने प्रसन्न होऊन गोवर्धन पर्वताला असा आशीर्वाद दिला आहे, की त्याची प्रदक्षिणा

करणाऱ्याच्या सर्व प्रकारच्या मनोकामना पूर्ण होतील. तेव्हापासून दरवर्षी श्रावण पौर्णिमेला गोवर्धन परिसरात एक मोठी यात्रा भरते. या यात्रेला दरवर्षी सुमारे वीस लाख तरी भाविक येतात आणि अनवाणी सुमारे वीस किमी पसरलेल्या या गोवर्धन पर्वताला प्रदक्षिणा घालतात.

या यात्रेचे व्यवस्थापन करण्यासाठी पोलीसांच्या वतीने खूप मोठ्या प्रमाणात तयारी केली जाते. दूरदूरवरून या यात्रेत सहभागी होण्यासाठी लोक येत असतात. त्यातील बहुतेक लोक राजस्थान, हरियाणा, दिल्ली आणि पश्चिमी उत्तर प्रदेशातील असतात. गुजरात आणि मुंबईसारख्या शहरातून तसेच काही परदेशी पर्यटकही येथे पायी प्रदक्षिणा करताना आढळून येतात. पौर्णिमेच्या दिवशी संध्याकाळी सर्वाधिक गर्दी असते. कारण संध्याकाळच्या वेळी उष्णता कमी असते. चांदण्याच्या शीतल प्रकाशात वीस बावीस किमीची प्रदक्षिणा चार पाच तासांत सहज पूर्ण होते.

गोष्ट २००० सालच्या ऑगस्ट महिन्यातील आहे. श्रावण पौर्णिमेच्या वेळी एक दिवस आधीच दुपारनंतर लोक गोवर्धन पर्वताक़डे यायला लागले. येथे पोहचण्यासाटी दिल्ली आग्रा महामार्गावर वाहनांची मोठ्या प्रमाणात ये जा सुरू होती. ठासून भरलेल्या बस, ट्रॅक्टर, ट्रॉलिज, टेम्पो, घोडागाड्या आणि लहान-मोठ्या सर्व गाड्यांचा वापर करून लोक परिक्रमा करण्यासाठी गोळा व्हायला लागले होते. बसेस तर आतून जितक्या भरल्या होत्या, तितकीच माणसे वर टपावरही बसली होती.

या महत्त्वाच्या प्रसंगी पोलीस व्यवस्थेवर लक्ष ठेवण्यासाठी मी आदल्या संध्याकाळीच तिथे पोहचलो होतो. पौर्णिमेच्या पूर्वरात्री बारा वाजल्यापासूनच प्रदक्षिणेला सुरूवात झाली. हळू हळू सकाळ व्हायला लागल्यावर सर्वत्र महिला, मुले आणि माणसे दिसायला लागली. दुपारी बारा वाजेच्या वेळी गर्दी जरा कमी झाल्यावर थोड्या वेळासाठी मी मथुरा यात्रा नियंत्रण कक्षाकडे जाण्याचा विचार केला.

दिल्ली आग्रा महामार्गावर मी पोहचलो नाही तोच मला समोर असे काही दृष्य दिसले, की ते पाहिल्यावर मला माझी गाडी ख़ाडकन थांबविण्याशिवाय काहीच पर्याय नव्हता. समोर जे काही दिसत होते, ते असे भयंकर होते, की एकाएकी त्याचे वर्णन करण्यासाठी मला शब्दच सापडत नव्हते. समोर रस्त्यावर असलेले डिव्हायडर तोडून एक बस विरूद्ध दिशेला जाऊन पलटी झाली होती. तो भयंकर अपघात पाहून तो अपघात नुकताच घडला असल्याचा आंदाज येत होता. काही लोक जखमी अवस्थेतच

आरडा ओरडा करीत बसमधून बाहेर पडण्यासाठी प्रयत्न करीत होते. अशाही परिस्थितीत आपला जीव वाचिवण्यिासाठी प्रयत्नांची पराकाष्ठा करीत होते. वेदनेमुळे विव्हळणाऱ्या आणि किंचाळणाऱ्या लोकांचे आवाज ऐकू येत होते. त्यामुळे तिथे एक प्रकारचा गोंधळ निर्माण झाला होता. अपघाताचा भयानकपणा पाहून त्या अपघातात अनेक लोक जागीच ठार झाल्याचे स्पष्टपणे जाणवत होते.

यात्रेचा दिवस असल्यामुळे रस्त्यावर ये जा करणाऱ्या गाड्यांची रांग लागली होती. नजर पोहचेल तिथपर्यंत फक्त गाड्यांची रांगच दिसत होती. जणू काही लोक आणि गांड्यांचा रस्त्यावर पूर आला आहे, असेच वाटत होते. सर्वात आश्चर्याची बाब म्हणजे असे असूनही संकटात सापडलेल्या त्या गाडीला मदत करण्यासाठी माझी गाडी वगळता दुसरी एकही गाडी थांबली नव्हती. जणू काही काहीच झाले नाही, अशा प्रकारे महामार्गावरील वाहतूक सुरू होती. लोक पलटी झालेली बस पाहत होते, त्यात सापडलेल्या जखमी लोकांचे आवाज आणि किंकाळ्या ऐकत होते, तरीही त्याची पर्वा न करता आपल्याच मस्तीत पुढे निघून जात होते. इतका मोठा अपघात झाल्यावरही एकही वाहन थांबत नसल्याचे पाहून मला वाईट वाटत होते आणि आश्चर्यही वाटत होते. लाखो लोकांच्या गर्दीत मानवी जीवनाला काही मोल उरले नाही किंवा लोकांच्या मनात परस्परांबद्दल काही संवेदनाच उरल्या नाहीत, असेच ते सर्व पाहून वाटत होते. प्रत्येकाला पुढे जाण्याची इतकी काही घाई झाली होती, की आपली तीर्थयात्रा पूर्ण करून प्रत्येकाला लवकर घरी परत जायचे होते. दुसऱ्यासाठी थांबायला तिथे कोणालाच वेळ नव्हता आणि त्याची गरजही वाटत नव्हती.

घटनास्थळी पोलीस पाठविण्याविषयी मी कंट्रोल रूमला संदेश पाठविला. त्याचबरोबर इस्पितळातही पूर्णपणे तयारी करून ठेवण्यासाठी सूचना पाठविली. आमची गाडी थांबल्यावर इतरही काही लोकांनी हळूहळू आपल्या गाड्या थांबवायला सुरूवात केली असल्याचे मला आढळून आले. पाहता पाहता लोकांमध्ये या घटनेविषयी चर्चा सुरू झाली, की अपघात कसा झाला असेल, कोणाच्या चुकीमुळे झाला असेल. मी लगेच गाडीतून उतरलो आणि माझा ड्रायव्हर तसेच गनरच्या मदतीने बस मधून बाहेर पडण्याचा प्रयत्न करणाऱ्या लोकांना बाहेर काढायला सुरूवात केली. त्याच बरोबर इतर लोकांनाही आम्हाला मदत करण्याचे आवाहन केले. लोकांना बाहेर काढत असताना मी बसमधील दृष्य पाहिले तेव्हा हादरून गेलो. गंभीर जखमी होऊन बरेच

रक्त वाहिल्यामुळे अनेक लोक ठार झाले होते. त्याच वेळी बाहेर पडण्याचा प्रयत्न करणाऱ्या एका जखमीला मी गनरच्या मदतीने बाहेर काढत होतो, तेव्हा त्या इसमाचा एक पाय जांघेपासून पूर्णपणे तुटला होता. पाय एका बाजूला लटकत होता, तरीही आम्ही त्याला बाहेर काढण्यात यशस्वी झालो. इतक्या वेळेत काही पोलीस कर्मचारी घटनास्थळी आले होते. आम्ही लोकांनी अपघातग्रस्त बसमधून काढलेल्या गंभीर जखमी लोकांना पोलीसांच्या गाडीतून दवाखान्यात पाठवायला सुरूवात केली.

अपघातग्रस्त बसमधून जखमी लोकांना लवकरात लवकर बाहेर काढण्यासाठी आणखी लोकांची आवश्यकता असल्याचे मला कळून चुकले होते. तिथे उभे असलेले आणि गर्दी करून नुसते पाहणारे लोक जणू हे काही फक्त पोलीसांचे काम आहे, असेच समजत होते. ते पाहून मला एकीकडे वाईट वाटत होते आणि दुसरीकडे आश्चर्यही वाटत होते. सर्वात आश्चर्याची बाब अशी, की हे सर्व लोक ज्या धार्मिक आणि श्रद्धेच्या भावनेने या यात्रेला आले होते, तेच लोक आपल्यापैकी काही यात्रेकरू मृत्यूच्या दाढेत अडकले असताना त्यांना मदत करायला कचरत होते. मानवसेवेपेक्षा मोठे आणि परोपकाराचे दुसरे काय काम असू शकते? पण आजच्या काळातील आंधळ्या स्पर्धेत ही गोष्ट माणसाच्या लक्षात यायलाच तयार नव्हती.

मदतीसाठी जितक्या लोकांची गरज आहे,, तितक़ी पोलीस कुमक घटनास्थळी पोहचायला खूप वेळ लागू शकतो, याची मला जाणीव झाली. तोपर्यंत वाट पाहिली, तर अनेक गंभीर जखमी लोक आपले प्राण गमावून बसतील, हेही मला जाणवले. मला राहवले नाही आणि मी गर्दीच्या मधोमध जाऊन ओरडलो, “तुम्ही लोक इथे उभे राहून काय करीत आहात? कशाची वाट पाहत आहात? हे लोक कधी मरतात याची वाट पाहता? असा अपघात तुमच्याबाबतीत झाला असता, तरीही तुम्ही असेच वागला असतात? तुम्हाला तसेच मरण्यासाठी सोडले असते, तर तुम्हाला कसे वाटले असते?”

माझ्या या जोशपूर्ण शब्दांचा आणि जाहीर आवाहनाचा लोकांवर परिणाम झाला. सर्व लोकात एकाएकी नवीन जोश संचारल्याचे मला जाणवले. पोलीस कर्मचारी आणि जमलेले प्रवासी असे सर्व जण मिळून बसला सरळ करण्याच्या प्रयत्नाला लागले. कोणी कोपऱ्याला दोरी बांधली, तर कोणी कोपरा उचलून धरला. कोणी आत अडकून पडलेल्या महिला आणि मुलांना बाहेर काढले, ... अशा प्रकारे सर्व लोक

प्राणपणाने मदत कार्याला लागले होते. अशा प्रकारे अडचणीत सापडलेल्या लोकांना मदत करणे, हे गोवर्धन पर्वताला प्रदिक्षिणा घालण्यापेक्षा जास्त महत्त्वाचे असल्याचे त्यांच्या लक्षात आले होते. या कामामुळे त्यांना जास्त मोठे पूण्य मिळणार होते. मानवसेवा हाच सर्वात मोठा धर्म असल्याची त्यांना जाणीव झाली होती.

या अपघातात आतापर्यंत दहापेक्षा अधिक लोक ठार झाले होते. आम्ही लोकांनी वीसपेक्षा अधिक लोकांना, स्त्रियांना आणि मुलांना जीवनदान मिळवून देण्यात यशस्वी ठरलो होतो. त्यांना लगेच इस्पितळात पाठविण्यात आले होते. डॉक्टरांना आधीच सूचना मिळालेली असल्यामुळे ते जखमींची वाटच पाहत होते. चांगली बाब अशी, की ज्या लोकांना इस्पितळात पाठविण्यात आले होते, त्या सर्वांचे प्राण वाचले होते.

लोकांमधील माणुसकी पूर्णपणे संपली आहे, असे नाही. प्रत्येक माणसाच्या मनात निःस्वार्थी मानवी सेवा करण्याची भावना दडलेलीच असते. पण आजच्या काळातील व्यस्त जीवनपद्धतीत, ही सेवा भावना आताल्या आत दडपून जाते. कधी कधी ही भावना जागृत करण्याची आवश्यकता असते. मानव सेवेची ज्योत एकदा पेटविण्याची आवश्यकता असते. त्यानंतर तर ती मग स्वतः जळत राहते. त्यामुळे कधी कधी वाटते, आजच्या काळात माणसाचे जीवन इतके धावपळीचे झाले आहे, की आपण कुठे चाललो आहोत, हे आपल्यालाच माहीत नसते. आपण कुठे पळत आहोत? कशासाठी पळत आहोत? का पळत आहोत?

* * *

मी माझ्या प्रेमाचे फूल तुमच्या चरणी अर्पण करू इच्छिते
मी माझे कोमल हृदयही तुम्हाला दान करू इच्छिते
मी माझी पाचही इंद्रिये तुमच्या स्वाधीन करू इच्छिते
मी माझे सारे जीवन तुमची गुलाम होऊन घालवू इच्छिते

प्रिया, मी तर माझे सर्व जीवन
तुझ्यासाठी बलिदान करून...
माझ्या चितेला मीच चुडा लाऊन घेईन.

पण, माझी एक अट आहे,
तू स्त्रीला स्त्रीचा सन्मान दे,
स्त्री म्हणजे बाजारातील खेळणे समजू नकोस,
तू हुंड्याची लालसा धरू नको
आणि स्वतःला हुंड्याच्या बाजारात
एखाद्या बाजारू वस्तूप्रमाणे विकू देऊ नकोस.

(श्रीमती बी.बी.राव यांच्या तेलगू कवितेचा स्वैरानुवाद)

११

हुंड्याचे गुलाम आणि कायद्याचा लगाम

भारतीय संस्कृतीत स्त्रीला नेहमीच सन्मानाच्या नजरेतून पाहिले जाते. त्यामुळेच तिला अर्धांगिनी म्हटले आहे आणि बरोबरीचे अधिकार देण्यात आले आहेत. कोणत्याही प्रकारच्या शुभ प्रंसगी आणि संस्काराच्या वेळी पुरूषाच्या बरोबरीने स्त्रीचे असणे अनिवार्य असते. स्त्रीशिवायते परिपूर्ण झाल्याचे समजले जात नाही. "यत्र नार्यस्तु पूज्यंते, रमन्ते तत्र देवता?" म्हणजेच जिथे स्त्रीची पूजा केली जाते तिथेच देवता वास करीत असतात. हे सुभाषित प्राचीन भारतातील स्त्रियांची स्थिती स्पष्ट करणारे आहे. त्या काळी स्त्रीला समाजात किती मान होता, हेच यावरून कळते

प्राचीन काळातील भारतात स्त्रीला असलेले हे महत्त्वाचे स्थान मध्य काळ येईपर्यंत कायम राहिले नाही. त्या मागे अनेक ऐतिहासिक कारणे असू शकतात. तुलसीदासाच्या काळात तर स्त्रीची अवस्था 'ताडन की अधिकारी' म्हणण्याइतपत घसरली होती. त्यावरून समाजातील स्त्रीयांचे स्थान आणि महत्त्व कमी झाल्याचेच जाणवते. मध्य काळात स्त्री बुरख्याआड गेली. कुटुंबातील तिचे महत्त्वही कमी होत गेले. तिला मिळणारा मान सन्मानही कमी झाला. या काळात महत्त्वाच्या निर्णयात स्त्रियांचा सहभाग कमी कमी होत गेला.

विसाव्या शतकाच्या पूर्वार्धात तर भारतीय समाजात स्त्रियांच्या विरोधातील अनेक कुप्रथा प्रचलित होत्या. सती प्रथा, बाल विवाह आणि विधवांची दुरावस्था. विसाव्या शतकाच्या सुरूवातीला समाजसुधारणेचे वारे वाहू लागले. समाजातील स्त्रियांची स्थिती

बदलण्यासाठी अनेक आंदोलने करण्यात आली. त्यानुसार अनेक कायदेही अस्तित्वात आले. या प्रयत्नांमुळे अनेक बाबतीत स्त्रियांची स्थिती सुधारली. याच शतकाच्या उत्तरार्धात मात्र हुंड्याच्या रूपात एक नवीन कुप्रथा भारतीय समाजात अस्तित्वात आली आणि तिने समाजाला ग्रासून टाकले.

ऐंशीचे दशक येता येता हुंड्याच्या राक्षसाने भारतीय समाजाला अशा प्रकारे आपल्या काबूत केले होते, की हा प्रकार फक्त त्रास देण्याइतका मर्यादित न राहता महिलांची हत्या आणि आत्महत्त्या करण्यासाठी विवश करणाऱ्या एका अमानूष प्रथेत त्याचे रुपांतर झाले. स्त्री आणि तिच्या पूर्ण कुटुंबाचे हुंड्यासाठी शोषण करायला सुरूवात झाली. दिवसेंदिवस वाढतच जाणाऱ्या या समस्येला लगाम लावण्यासाठी १९८८ साली सरकारला हुंडाविरोधी कायदा तयार करावा लागला. १८६५ सालापासून सुरू असलेल्या भारतीय दंड विधानात दोन विशेष दुरूस्त्या करण्यात आल्या. त्याच्या माध्यमातून कलम ४९८ अ हुंड्यासाठी त्रास करणे आणि ३०४ ब नुसार हुंड्यासाठी स्त्रीची हत्या करणे किंवा तिला आत्महत्त्येसाठी प्रवृत्त करणे ही दोन नवीन कलमे आयपीसीत समाविष्ट करण्यात आली.

या काळात खरोखरच नवरदेवाची बोली लावली जाऊ लागली आणि गरीब कुटुंबातील मुलींचे लग्न करणे, ही अतिशय अवघड बाब झाली. अनेक नवविवाहितांचा हुंड्याच्या राक्षसाने बळी घेतला. हुंड्यासाठी सासरच्या माणसांनी नवविवाहितेला जाळून मारल्याच्या किंवा विष दिल्याच्या घटना रोजच वर्तमानपत्रातील बातम्यात पहायला मिळतात. अनेक अविवाहित मुलींनी तर वडिलांना आपले ओझे होऊ नये म्हणून आत्महत्त्येचा मार्ग स्वीकारला आहे. १९८६ साली कानपूरमध्ये अशाच प्रकारची एक घटना घडली होती. हुंड्याच्या या कुप्रथेमुळे आई वडिलांना आपल्या लग्नाच्या समस्येपासून सुटका मिळवून देण्यासाठी तीन सख्ख्या बहिणींनी पंख्याला गळफास घेऊन आत्महत्त्या केली होती. ही घटना वर्तमानपत्रात पहिल्या पानावर मुख्य बातमी म्हणून प्रकाशित झाली होती. हुंड्याच्या या कुप्रथेमुळेच स्त्री भृणहत्येचे अमानुष आणि काळीज हेलावून सोडणारे प्रकार वाढले आहेत. आता तर त्यामुळे अशी परिस्थिती निर्माण झाली आहे, की मुलांच्या तुलनेत मुलींचे प्रमाण काही काही भागात ८० टक्क्यांपर्यंत खाली आले आहे. उत्तर भारतीय समाजात तर या समस्येने

विक्राळ रूप धारण केले आहे.

पोलीसात असल्यामुळे मी या हुंड्याच्या राक्षसाचा घाणेरडा चेहरा खूप जवळून पाहिला आहे. त्याचबरोबर हुंड्याच्या कायद्याचा दुरूपयोग होतानाही पाहिला आहे.

१९९१-९२ साली मी अलीगढ येथे सहाय्यक पोलीस अधिक्षक म्हणून काम करीत होतो. एके दिवशी मला ठाणे अमंलदाराने सांगितले, की जवळच्याच एका गावातील महिलेने जाळून घेऊन आत्महत्त्या केली आहे. मी तत्काळ घटनास्थळाला भेट देण्याचा निर्णय घेतला. ठाणे अमंलदाराने मला थांबविण्याचा प्रयत्न केला, हे आत्महत्त्येचे प्रकरण असून इथे तुम्ही जाण्याची काही आवश्यकता नाही, असे त्याचे म्हणणे होते. ठाणे अमंलदाराचे वागणे पाहून मला तिथे काही तरी काळे बेरे असल्याचा संशय़ आला. विचारल्यानंतर असे कळले, की त्या महिलेच्या विवाहाला साडेसात वर्षे झाली होती. नवीन कायद्यानुसार लग्नानंतरच्या सात वर्षांत केलेली आत्महत्या ही हुंड्यासाठी करण्यात आलेली हत्या समजण्यात येते, जर हुंड्यासाठी त्रास दिला जात असेल तर. या प्रकरणात सात वर्षांच्या काळात केलेली आत्महत्या हुंड्यासाठी केलेली हत्त्या समजण्याचा कालावधी पूर्ण झाला होता. ही आत्महत्या नसून हत्या असण्याचीही शक्यता होती. घटनास्थळाला भेट दिल्यावरच सत्य काय ते समोर येणार होते. त्यामुळेच मी घटनास्थळी भेट देण्याचा निर्णय घेतला.

आम्ही गावात पोहचलो तेव्हा गावाच्या बाहेरपासूनच लोकांची गर्दी दिसायला लागली होती. एका गल्लीतून जाऊन आम्ही एका घरासमोर थांबलो. गाडीच्या मागे मागे गावातील मुले आली होती. घराबाहेर डोक्यावर पदर घेतलेल्या दहा-बारा स्त्रिया उभ्या होत्या. काही वयस्कर माणसेही उभी होती. तिथे गेल्यावर आम्ही पाहिले, की त्या महिलेचे प्रेत आंगणात ठेवण्यात आले होते. त्यावर कपडा पांघरलेला होता. शरीरावर जागोजागी फोड आले होते आणि त्यातील काही फोड फुटून त्यातून पांढरा पदार्थ बाहेर वाहत येत होता. तिचे पूर्ण शरीर जळाल्यामुळे काळे पडले होते. ती अतिशय विद्रुप आणि भीतीदायक दिसत होती.

चौकशी केल्यावर घरातल्या लोकांनी आम्ही सर्व वरच्या खोलीत असल्याचे सांगितले. एक म्हातारी स्त्री आंगणात बसून स्वयंपाकाची तयारी करीत होती. मरण पावलेली महिला खोलीत होती. त्या खोलीचे एक दार आंगणात उघडत होते. या स्त्रीने

दरवाजा बंद करून जाळून घेतले होते. वर बसलेल्या महिलांना तिची किंकाळी ऐकू गेल्यावर त्या वरून खाली आल्या. त्यांनी कसे तरी त्या स्त्रीला खोलीच्या बाहेर काढले, पण आंगणात आणेपर्यंत ती खाली कोसळली होती आणि त्यामुळे ती वाचू शकली नाही.

पंधरा बाय वीस फूटाच्या त्या आंगणात दुसऱ्या बाजूला विटांनी बांधलेल्या दोन खोल्या होत्या. त्यांच्या बाजूने वर जाण्यासाठी पायऱ्या करण्यात आल्या होत्या. आंगणात एका बाजूला चारा कापण्याचे यंत्र ठेवण्यात आले होते. घरवाल्यांनी सांगितलेल्या ख़ोलीत जाऊन मी दरवाजाचे निरीक्षण केले. तेव्हा दरवाजा एकदम योग्य स्थितीत असल्याचे मला आढळून आले. दरवाजा आतून बंद होता, तर मग दरवाजा कसा उघडला, असे कुटुंबियांना विचारले. दरवाजावर तो तोडल्याच्या कोणताही खुणा नाहीत? जळणारी महिला तर दरवाजा उघडू शकत नव्हती? या प्रश्नावर त्या लोकांनी तत पप करायला सुरूवात केली. या प्रश्नाचे ते समाधानकारक उत्तर देऊ शकले नाहीत.

दरवाजाबाबतचे प्रश्न मी मृत महिलेच्या सासू, सासरा, नंणद यांना विचारीत होतो तेव्हा एक पाच-सहा वर्षांचा मुलगा रडत रडत म्हणाला, "दरवाजा तोडला नाही. तो तर गाववाल्यांनी येऊन उघडला होता."

लहान मुलात परमेश्वर वास करीत असतो असे म्हणतात. ते खोटे बोलू शकत नाहीत. त्यामुळे मी त्या मुलाला माझ्याजवळ बोलावले. त्या मुलाकडे मी आणखी खोलवर विचारपूस केली. आई मेल्यामुळे तो मुलगा सतत रडत होता. ही घटना घडली तेव्हा तो घराबाहेर खेळत होता. त्याने आपल्या आईची किंकाळी ऐकली होती आणि तो धावतच आंगणात आला होता. त्याची आई घरात बंद होती आणि दरवाजा बाहेरून बंद करण्यात आला होता. मुलाचे रडणे काही केल्या थांबत नव्हते. मी त्याला कडेवर घेतल्यानंतर तो रडत रडत म्हणाला, "माझे वडील, आजी आजोबा आणि आत्या यांच्यापैकी कोणीही दरवाजा उघडायला आले नाही. तेव्हा मी धावत पळत बाहेर गेलो. गावातल्या लोकांना मी माझी आई जळत असल्याचे सांगितले. मी आरडा ओरडा केल्यावर जवळपासचे लोक आले. ते आल्यावर त्यांनीच दरवाजा उघडला होता."

मुलाच्या सांगण्यावरून सर्व प्रकरण एकदम स्पष्ट झाले होते. स्पष्ट स्वरूपात त्या घरच्या लोकांनीच महिलेला जाळून दरवाजा बाहेरून बंद केला होता. जळणाऱ्या महिलेच्या आरड्या ओरड्याकडेही त्यांनी दुर्लक्ष केले होते. गाववाल्यांनी येऊन दरवाजा उघडेपर्यंत खूप उशीर झाला होता. बिचारी महिला मरण पावली होती. या कुटुंबातील सर्वच लोक हत्येसाठी दोषी होते. त्याच बरोबर हत्या केल्याचे पुरावे लपविले म्हणूनही दोषी होते. त्यांनी हत्या करून तिला आत्महत्त्येचे स्वरूप देण्याचा प्रयत्न केला होता. मी त्या सर्वांना लगेच अटक करण्याचे आदेश दिले. म्हणजे भविष्यात कोणी अशा प्रकारचे कृत्य करायला धजावू शकणार नव्हता. त्याच बरोबर ठाणे अमंलदार बदलण्याची आणि त्याच्याविरूद्ध कारवाई करण्याची शिफारसही मी एस.एस.पी. कडे केली. कारण त्यांनी कामाच्या व्यापामुळे किवा गुन्ह्यांची संख्या कमी दाखविण्यासाठी किंवा गुन्हेगारांसोबत हातमिळविणी केल्यामुळे त्यांनी इतक्या मोठ्या गुन्ह्याला आत्महत्या असल्याचे जाहीर केले होते. मी जर घटनास्थळी गेलो नसतो, तर फाईल बंद झाली असती आणि एका गरीब बिचाऱ्या महिलेला जाळून मारणारे कायद्याच्या हाती लागले नसते.

* *

अलीगढ मध्येच दुसऱ्या एका गावात झालेल्या हुंडा बळीच्या एका जुन्या प्रकरणाची चौकशी करण्याची मला संधी मिळाली होती. आधी तपासणी करणाऱ्या पोलीस उपाधिक्षकांची त्या ठिकाणाहून बदली झाली होती. त्यामुळे ही चौकशी माझ्याकडे आली होती. मी सर्व विवेचन बारकाईने वाचून पाहिले तेव्हा सदर महिलेने विष पिऊन आत्महत्त्या केली होती आणि सासरच्या मंडळीने तिच्या आई वडिलांना काहीही न कळविता तिच्यावर अंत्यसंस्कार केले होते. दोन तीन दिवसानंतर मुलीच्या माहेरच्या मंडळीला ही गोष्ट कळली तेव्हा त्यांनी हुंडा बळीचा गुन्हा दाखल करायला लावला होता. महिलेचा पती, सासू, सासरा आणि घरातील सर्व लोकांना अटक करण्यात आली होती. तरीही अजून बारा लोकांना अटक करणे बाकी होते.

चौकशीचे सर्व कागद घेऊन मी संबंधित गावी गेलो. तिथे गेल्यावर चौकशीअंती असे आढळून आले, की त्या महिलेने हुंडा कमी आणला होता, म्हणून खरोखरच तिचा छळ केला जात होता. रोज रोज होणाऱ्या छळाला कंटाळून त्या मुलीने लग्नाला एक वर्षे व्हायच्या आधीच पिकावर फवारणी करण्याचे औषध पिऊन आत्महत्या केली होती. हुंड्याच्या नवीन कायद्यानुसार लग्नानंतर सात वर्षांच्या आत केलेली आत्महत्या हुडा बळी समजली जात असल्यामुळे या प्रकरणी हुंडा बळीची केस दाखल करण्यात आली होती.

सासरच्या मंडळीच्या मनात पाप होते. त्यांनी चूक केली होती आणि त्यांना शिक्षा मिळायलाच हवी होती. त्यांनी मुलीच्या माहेरच्या मंडळीला न कळवताच तिच्यावर घाई गडबडीत अंत्यसंस्कार केले होते.त्यामुळे हुंडाबळीच्या कलमाखाली त्यांना तुरूंगात टाकण्यात आले होते.

तपास अहवालात आणखी ज्या बारा लोकांचा उल्लेख करण्यात आला होता, ते त्याच गावातील होते. जे नेहमीच्या परंपरेप्रमाणे अंत्यविधीच्या कार्यक्रमात सहभागी झाले होते. आधीच्या तपासणी अधिकाऱ्याने त्यांनाही साक्ष लपविण्याच्या कामात सहभागी झाल्यामुळे आरोपी केले होते. पोलीसाच्या अटकेच्या भीतीने हे सर्व बारा लोक गावातून पळून गेले होते. आधीच्या तपासणी अधिकाऱ्याने या लोकांकडे पैशांची मागणी केली असल्याचे लोकांनी मला सांगितले. मागणी पूर्ण केली नाही म्हणून त्यांना या प्रकरणी आरोपी करण्यात आले होते.

तपासणी करण्यासाठी जवळपास मी अर्धा दिवस त्या गावात घालविला. तपशीलातील प्रत्येक मुद्याची बारकाईने चौकशी केल्यावर माझ्या असे लक्षात आले, की एखाद्या महिलेचा मृत्यू झाल्यावर तिच्या माहेरच्या लोकांची वाट पहायची की नाही, हे तिच्या घरचे लोक ठरवित असतात. आसपासचे लोक तर एक शिष्टाचार म्हणून मृत आत्म्याला शांतता मिळावी म्हणून अंत्यविधीच्या कार्यक्रमात सहभागी होत असतात. फक्त अंत्यविधीच्या कार्यक्रमात सहभागी झाले म्हणून ते हुंडाहत्येच्या घोर अपराधातील साक्ष लपविण्याच्या कामातील आरोपी होत नाहीत. मी लगेच निर्णय घेतला आणि गाववाल्यांना सांगून टाकले,की ते बारा लोक आमचे आरोपी नाहीत. पूर्ण गावात आनंदाची लाट आली. त्या लोकांना आता लपून बसण्याची आवश्यकता नव्हती. ते

आता गावात राहून नेहमीप्रमाणे आपले जीवन जगू शकले असते.

या घटनेमध्ये पाप कर्मात सहभागी असलेल्या पापी लोकांना तर त्यांच्या कर्माची शिक्षा मिळाली होती. शिवाय जे निरापराध होते, त्यांचा छळही या कारवाईमुळे थांबला होता. त्यांनाही मानसिक शांतता मिळाली होती. खरं तर हीच न्यायाची मागणी असते.

* *

हुंडा कायद्याच्या दुरूपयोगाची अशीही काही प्रकरणे मी पाहिली आहेत, जेव्हा मुलीच्या घरची माणसेच तिच्या सासरच्या माणसांशी सौदेबाजी करीत असतात. एकदा एका मुलीचे प्रेत अंत्यसंस्कार करण्यासाठी दीड दिवस पडून होते. कारण काय तर तर मुलीच्या घरच्या माणसांनी तिच्या सासरच्या मंडळीला धमकी दिली होती, की लग्नासाठी खर्च झालेले दोन लाख आणि दंडाचे चार लाख रुपये द्या नाही, तर हुंडा प्रतिबंधक कायद्यांतर्गत त्यांना तुरूंगात पाठविले जाईल. हे नक्की होत नसल्यामुळे तोपर्यंत अंत्यसंस्कारही थांबविण्यात आले होते. शेवटी मुलीच्या घरच्या मंडळीला ही सर्व रक्कम मिळाली तेव्हा कुठे त्यांनी आपल्या मेलेल्या मुलीवर अंत्यसंस्कार केले. हा कसला विचित्रपणा होता, की मुलीच्या आई वडिलांनीच आपल्या मुलीच्या प्रेताची किंमत लावली होती. किंमत मिळाल्यानंतर ते शांत बसले होते. खरंच त्यांच्या मुलीचा हुंड्यासाठी छळ करण्यात आला असता, तर त्यांनी कोणत्याही परिस्थितीत पोलीसात तक्रार दाखल करायला हवी होती. म्हणजे मग मृत मुलीला न्याय मिळाला असता. अशा प्रकारे नैसर्गिक मृत्यू दाखवून सौदेबाजी करायला नको होती.

असेही महिलांची दुरावस्था, त्यांचा छळ रोखण्यासाठी तसेच त्यांच्या सन्मानाचे रक्षण करण्यासाठीच हुंडा प्रतिबंधक कायदा लागू करण्यात आला आहे. हा अधिनियम लागू झाल्यानंतर महिलांच्या हुंडयासाठी होणाऱ्या छळाचे प्रमाण नक्कीच कमी झाले

आहे. त्यांच्या सन्मानाचे रक्षण झाले असून त्यांच्या मनात सुरक्षिततेची भावनाही निर्माण झाली आहे. अर्थात काही प्रकरणात याचा दुरूपयोगही झाला आहे.

पतात-पत्नीच्या भांडणाची अनेक कारणे असू शकतात. तरीही मुलीकडील मंडळी मुलाकडील मंडळीवर दबाव आणण्यासाठी हुंडा प्रतिबंधक कायद्याचा आधार घेतात. अशा वेळी काही निरापराध लोकांवरही तुरूंगात जाण्याची वेळ येते. एक असेच प्रकरण माझ्याकडे चौकशी आले होते. त्यातील मुलगा आणि मुलगी दोघांनीही इंजिनिअरिंग आणि मॅनेजमेंटचे शिक्षण घेतले होते. लग्नाच्या आधी ते वेगवेगळ्या शहरात नोकरी करीत असत. मुलाकडील मंडळीनी लग्नापूर्वीच ही गोष्ट स्पष्ट केली होती, की लग्नानंतर एक तर मुलगी मुलाच्याच शहरात नोकरी करील नाही तर नोकरी सोडून देईल. मुलीने स्वतः होऊन आपल्या मर्जीने यासाठी तयारी दाखविली होती. पण त्या मुलीने लग्नानंतरही आपली नोकरी काही सोडली नाही. याऊलट मुलाने नोकरी सोडून सासुरवाडीत रहायला यावे किंवा या शहरात दुसरी नोकरी शोधावी यासाठी त्याच्यावर दबाव आणला जाऊ लागला. या मुद्यांवरून दोघांत वाद व्हायला सुरूवात झाली आणि दोघेही वेगवेगळे राहू लागले. मुलाकडील मंडळीला खाली पहायला लावण्यासाठी मुलीकडील मंडळीने त्यांच्या विरोधात हुडाप्रतिबंधक कायद्यांतर्गत तक्रार दाखल केली. त्यामध्ये मुलासह त्याचे आई वडील आणि बहिण भाऊ यांनाही आरोपी करण्यात आले. आम्ही चौकशी करून या प्रकरणाच्या मुळाशी गेलो तेव्हा या वादाचे कारण हुंडा नसून नोकरी असल्याचे आमच्या लक्षात आले. वरवरची चौकशी केली असती, तर मुलीच्या तक्रारीनुसार कारवाई करून मुलाकडील पाचही जणांना तुरूंगात जावे लागले असते. अर्थात मुलीबाबतही माझ्या मनात सहानुभूती होती. तिने नोकरी करायलाच हवी होती. तिला तो अधिकार आहे, पण मला त्या पाच जणांबाबतही सहानुभूती वाटत होती. जो गुन्हा त्यांनी केलाच नव्हता, त्यासाठी त्यांना तुरूंगात पाठविणे योग्य नव्हते. त्यामुळे शेवटी दोन्ही मंडळींना समोरा समोर बसवून समजावून सांगितले. दोन्ही बाजूंनी आमचे म्हणणे ऐकले आणि दोन्ही कुटुंबे परस्परांपासून दुरावण्यापासून बचावली. तसेच निरापराध लोकही तुरूंगात जाण्यापासून बचावले.

क़धी कधी अशी प्रकरणेही समोर येतात,की हुंडा प्रतिबंधक कायद्याखाली निरापराध

लोकांनाही तुरूंगात जावे लागते. मग या कुप्रथेला मुलगी बळी पडण्याऐवजी मुलगा आणि त्याचे कुटुंबीय बळी जातात. कोणताही कायदा किंवा नियम किती चांगला किंवा प्रभावी आहे, ते तो लागू करणाऱ्या पोलीसांवर अवलंबून असते. पोलीस संवेदनशील, प्रामाणिक असतील, तर ते कायद्याचा दुरूपयोग टाळतील.

* * *

तिला जगणेच घृष्णास्पद वाटत होते,
समाजही नकोसा झाला होता...
आणि या माणसांचाही तिरस्कार होता...
ते खरेच असं कसं काय करू शकतात?
ते इतके क्रुर कसे काय होऊ शकतात?
त्यांनी तिची सारी स्वप्ने खुडून टाकली होती.

अचानक तिला जाणवले-
तथाकथीत स्वर्ग...
आणि ही लाडकी, आवडती धरती...
आपल्यासाठी नाहीच मुळी!

ती हे सर्व सहन करू शकत नाही.
म्हणून ती निघून जाते...
नेहमीसाठी...
ज्यामुळे तिला या घाणेरड्या चेहऱ्यांपासून
आणि या घाणेरड्या लोकांपासून समाजापासून सुटकारा मिळू शकेल.
अलविदा माणसांनो,
अलविदा...

(इंटरनेटवरून घेतलेली 'कफीलुद्दीन रैहान' यांची कविता)

१२

लालसेचा राक्षस

उत्तर प्रदेशातील रामपूर जिल्हा उधमसिंग नगर जिल्ह्यातील तराईचा भाग आणि मुरादाबाद जिल्हा याच्या दरम्यान वसलेला आहे. नबाबांचे शहर म्हणूनही रामपूर ओळखले जाते. आजही येथील रजा लायब्ररी, रेल्वे स्टेशन, पोलीस ठाणे आणि इतर इमारतींमधून नबाबी संस्कृतीचे दर्शन होते. रामपूरचे नबाब स्वतः कवी होते. त्यांनी हिंदीतील सुफी पंरपरा पुढे नेण्याचे काम केले. सर्व प्रकारच्या कला प्रकारांना संरक्षण देण्यासाठीही ते प्रसिद्ध होते.

मी रामपूर तालुक्यात १९९९ साली पोलीस अधिक्षक म्हणून काम करीत होतो. खासदार आणि नगरपालिका अध्यक्ष या पदावर महिला पदाधिकारी असणे, हे महिलांसाठी सन्मानाचे होते. तरीसुद्धा एका वासनांध राक्षसाने एका लहान मुलीवर केलेल्या अत्याचाराचे एक प्रकरण माझ्या समोर आले. त्याने मानवतेवरील माझा विश्वासच डळमळीत झाला.

तालुक्याच्या उत्तर भागात तराईच्या काठावर असलेल्या शेतात काही ख़ोपट्या बनविल्या आहेत. त्यामध्ये काही लोक राहतात. अशाच एका भागात दुपारच्या वेळी एका लहान मुलीवर बलात्कार झाल्याची सूचना मला मिळाली. दिवसा- ढवळ्या एका अजाण मुलीच्या बाबतीत घडलेली ही घटना गंभीरपणे घेऊन मी सूचना मिळाल्याबरोबर घटनास्थळी जाण्यासाठी

निघालो. ठाणे अंमलदार आणि इतर अधिकारी माझ्या आधीच थोड्या वेळापूर्वी घटनास्थळी पोहचले होते. तिथे भोवतालच्या लोकांची खूप मोठी गर्दीही जमा झाली होती.घटनास्थळी पोहचल्यावर हृदय हेलावून सोडणारे दृष्य पहायला मिळाले. सुमारे अकरा वर्षांची एक मुलगी बेशुद्धावस्थेत पडलेली होती. तिच्या शरीरातून रक्त वाहत होते. तिचे फाटके ज़ीर्ण क़पडे रक्ताने माखले होते. तिच्या चेहऱ्यावर ख़ोल वेदनेच्या खुणा स्पष्टपणे दिसत होत्या. ती हळूहळू आपल्या पापण्या हलवायला लागली होती आणि तिच्या गालावर ओघळलेले आसू सुकल्यामुळे त्यांच्या रेषा तयार झाल्या होत्या. खूप रक्तस्राव झाल्यामुळे ती मुलगी वेगाने पूर्ण बेशुद्धावस्थेत जात होती.

या घटनेमध्ये मुलीला वाचविण्याला पहिले प्राधान्य देणे गरजेचे होते. त्यामुळे मी तिला लगेच उपचारासाठी इस्पितळात पाठविले. तिचे इतके रक्त वाहून गेले होते,की तिला लगेच रक्त देण्याची आवश्यकता असल्याचे माझ्या लक्षात आले. मी घटनास्थळावरून लगेच संबंधित डॉक्टरांशी बोललो. त्यांनी माझ्या म्हणण्याला दुजोरा दिला. त्यासाठी लवकरात लवकर रक्तदान करण्याची गरज असल्याचेही डॉक्टरांनी सांगितले. त्यात उशीर झाला, तर मुलीला वाचविणे अवघड होईल, असेही त्यांचे म्हणणे होते. सुदैवाने त्याच काळात पोलीस लाईनमध्ये वायरलेस ऑपरेटर मुलींची एक बॅच त्या काळात ट्रेनिंग घेत होती. मी पोलीस लाईनच्या प्रभारी निरीक्षकाला लगेच आठ -दहा मुलींना तयार करून इस्पितळात पाठविण्याचा आदेश दिला. ठाणे अमंलदाराला घटनास्थळी थांबायला सांगून चौकशी पूर्ण करण्याचे आणि पुरावे गोळा करण्याचे आदेश देऊन मीही इस्पितळात रवाना झालो.

इस्पितळात पोहचल्यावर पोलीस लाईनच्या प्रभारी निरीक्षकाने सांगितले, की मुली रक्तदान करायला कां कूं करताहेत. कोणत्या मानसिक अडचणीमुळे मुली रक्त द्यायला घाबरत होत्या, ते काही मला कळत नव्हते. मी इस्पितळात जाईपर्यंत अत्याचारित मुलीचे रक्त तपासण्यात आले होते. मी स्वतः पुढे होऊन डॉक्टरांना माझा रक्त गट तपासायला सांगितले. मी त्या मुलींमध्ये उत्साह निर्माण करीत म्हणालो, क़ी पोलीसांचे

काम दुसऱ्याचा जीव वाचविण्याचे आहे. "कोणाचे जीवन वाचविण्याची इतकी चांगली संधी तुम्हाला दुसरी कुठे मिळणार? एखाद्या माणसाच्या शरीरातून एक बाटली रक्त काढल्यावर शरीर ती कमतरता काही तासात भरून काढते, हे वैज्ञानिक सत्य आहे. पुढच्या दोन-तीन दिवसांत ते पुन्हा पहिल्यासारखे होते."

माझ्या बोलण्याचा मुलींवर अपेक्षेपेक्षा जास्त परिणाम झाला. तरीही काही तरी बाब त्यांना मानसिक पातळीवर पुढे जाण्यापासून अडवीत होती. माझे बोलण्यामुळे प्रेरीत झाल्यावर त्याच्या मनातील शंकाचे निरसण झाले असावे. सर्व मुली रक्तदान करण्यासाठी तयार झाल्या. मुलींनी रक्तदान केल्यामुळे एक तर त्यांचा आत्मविश्वास वाढला आणि दुसरे म्हणजे,एका मुलीची वेदना ओळखून तसेच तिचा प्राण वाचवून काही तरी चांगले केल्याची सुखद अनुभूतीही मिळाली. अन्यायाच्या विरोधात लढण्याचा ठाम निश्चयही त्यांच्या मनात निर्माण झाला.

तोपर्यंत पीडित मुलगी पूर्णपणे बेशुद्ध झाली होती. तिला तातडीने रक्त देण्यात येऊ लागले होते. घटना घडल्याला आता जवळपास दोन ते तीन तास झाले होते आणि इतक्या वेळात तिला सुमारे तीन बाटल्या रक्त देण्यात आले होते. रक्त योग्य प्रमाणात दिल्यावर त्या मुलीच्या जिवावरचे संकट टळले असल्याचे आम्हाला डॉक्टरांनी सांगितले. अर्थात तिला शुद्धीवर येण्यासाठी वेळ लागेल, असेही ते म्हणाले. डॉक्टरानी अशा प्रकारचे आश्वासन दिल्यानंतर मी पुन्हा घटनास्थळाच्या दिशेने निघालो.

मी घटनास्थळी पोहचलो तेव्हा ठाणे अमंलदार आणि त्या भागात राहणारे काही लोक शोध मोहिमेला लागले होते. ती मुलगी ज्या झोपडीत आम्हाला अर्धवट बेशुद्धावस्थेत आढळून आली होती, तिथे तेव्हा एक २५-२६ वर्षांची महिला होती, ती त्या खऱ्या गुन्हेगाराची कदाचित पत्नी असावी. तिच्या चेहऱ्यावर कोणत्याही प्रकारचे भाव नव्हते. सुरूवातीच्या चौकशीच्या वेळी या घटनेबाबत आपल्याला काहीच माहीत नसल्याचे सांगत तिने कानावर हात ठेवले होते. एक तास शोध घेतल्यानंर ऊसाच्या शेतात लपलेला त्या महिलेचा पती पोलीसांना सापडला. त्याला पकडून त्या झोपडीवर

आणले आणि त्याला लपून राहण्याचे कारण विचारले, तेव्हा तो वेगवेगळी उत्तरे द्यायला लागला. त्यामुळे माझा त्याच्यावरील संशय वाढला. मी पुन्हा एकदा त्या खोपट्याची झडती घ्यायला सांगितले.

ही झोपडी म्हणजे साधारणपणे पंधरा बाय वीस फुटांची एक खोली होती. तेथील जमीन कच्ची होती आणि शेणा-मातीने लिंपलेली होती. एका कोपऱ्यात एक बाज पडलेली होती. दुसऱ्या कोपऱ्यात पाण्याचे मडके ठेवलेले होते. तिथेच एक मातीची चूल होती आणि तिच्या आसपास काही भांडी ठेवली होती. खोलीच्या मध्यभागी लाकडाची एक बल्ली पडलेली होती. बहुतेक ती छताला आधार देण्यासाठी उभी केलेली असावी. त्या बल्लीच्या काठापासून भिंतीपर्यंत गव्हाचा ढिग पसरलेला होता. सर्व गोष्टी उलथून पाहिल्या, पण कुठे काही आढळून आले नाही.

शेवटी मग गव्हाच्या ढिगाची झडती घ्यायला सुरूवात केली. तपासणी करताना त्यात दडवून ठेवलेले एका पुरूषाचे रक्ताने माखलेले कपडे सापडले. हे कपडे त्या घराच्या मालकाचेच असू शकत होते आणि ते अशा प्रकारे दडवून ठेवण्याचा अर्थ त्याचा गुन्ह्यात सहभाग असल्याचे उघड करणारा पुरेसा स्पष्ट पुरावा होता. आपण आता अडकलो आहोत, याच जाणीव झाल्यावर त्या दोघाही पती पत्नीचे चेहरे पांढरे फटक पडले. कापले तर रक्त निघणार नाही, अशी अवस्था झाली होती. आता त्यांच्यासाठी बचावाचा कोणताही मार्ग शिल्लक राहिला नव्हता. तरीही आणखी थोडा वेळ त्यांनी पोलीसांच्या प्रश्नांना खोटी उत्तरे देण्याचा प्रयत्न केला. दोघांना वेगवेगळे घेऊन चौकशी केल्यावर दोघांचेही खोटे उघडकीस आले. या पती पत्नींना समोरा समोर उभे केल्यावर त्यांनी आपला गुन्हा कबूल केला.

गावातील ही मुलगी आपल्या चांगली ओळखीची असल्याचे त्या महिलेने सांगितले. ती मुलगी रोज जनावरांसाठी चारा गोळा करायला शेतात येत असे. आपल्या पतीच्या सांगण्यावरून तिने त्या मुलीला जेवण करण्याच्या बहाण्याने भूलवून तिथे आणले होते. त्या घरातील राक्षस आपल्या वासनेची भूक मिटविण्यासाठी आपली वाट पाहत

असल्याचे त्या अजाण मुलीला काय माहीत. आपल्या पत्नीच्या समोरच त्या हैवानाने त्या मुलीवर बलात्कार केला. ती मुलगी आरडा ओरडा करीत राहिली. वेदनेमुळे विव्हळत राहिली. बळजबरीने केलेल्या या घाणेरड्या कृत्यामुळे मोठ्या प्रमाणात रक्तस्त्राव झाला होता. ती महिला सारे काही तिथेच उभे राहून पाहत होती. तिने आपल्या पतीला विरोध केला नाही की त्या मुलीच्या किंकाळ्या ऐकून तिच्या काळजाला पाझर फुटला नाही. तिने त्या मुलीला वाचविण्यासाठीही काही प्रयत्न केले नाहीत. आश्चर्याची गोष्ट अशी, की जागतील कोणतीही स्त्री आपल्या पतीला दुसऱ्या स्त्रीसोबत पाहू शकत नाही; पण इथे तर विचित्रच बाब होती. या महिलेने तर त्या मुलीला स्वतःच फसवून आणून आपल्या पतीसमोर सादर केले होते.

महिलेकडून मिळालेली माहिती पाहून मी सुन्न झालो. माझ्या मनात तिरस्कार भरला. तिच्या पतीने तर हैवानपणाच्या सर्व मर्यादा ओलांडल्या होत्या. अस्वस्थ करणारी गोष्ट अशी होती, की स्त्री जातीवर केलेल्या या अत्याचाराच्या मुळाशी एक महिलाच होती. ती फक्त या घाणेरड्या घटनेची मूक साक्षीदारच नव्हती, तर त्या गुन्ह्यात तिचा पूर्णपणे सहभाग होता. ही घटना घडत असताना त्या महिलेची मानसिक स्थिती कशी असेल, याची मी कल्पनाच करू शकत नव्हतो. कदाचित तिने हा गुन्हा करावा यासाठी तिच्या पतीने तिला मजबूर तर केले नसेल ना? कोणतीही महिला फक्त आपल्या पतीच्या सांगण्यावरून असे कृत्य कसे काय करू शकते? यापेक्षाही आश्चर्याची बाब म्हणजे तिच्या चेहऱ्यावर पश्चात्तापाची एकही रेषा दिसत नव्हती. इतकेच नाही तर हा गुन्हा घडल्यानंतर आपल्या कामूक पतीचा गुन्हा लपविण्यासाठी आणि त्याला वाचविण्यासाठी प्रयत्न करीत होती. जणू काही पतिव्रता असल्याचा धर्म निभावित होती. तिचे हे सारे प्रयत्न पाहून ती मजबुरीमुळे नाही, तर स्वेच्छेने या गुन्ह्यात सहभागी झाली होती.

बराच विचार केल्यानतर त्या महिलेलाही बलात्काराच्या गुन्ह्यात मदत केली म्हणून सहआरोपी समजावे आणि तिच्या अटकेचेही मी आदेश दिले. साधारणपणे पोलीस महिलांशी निष्ठूरपणे वागत नाहीत. इथे मात्र या महिलेला सोडण्याचा प्रश्नच

येत नव्हता. कारण साऱ्या प्रकरणाच्या मुळाशी ती होती. या महिलेची पूर्ण चौकशी केल्यानंतरही मी आजपर्यंत ती कारणे आणि परिस्थिती योग्य प्रकारे समजून घेऊ शकलो नाही, की ज्यामुळे त्या महिलेने असे गंभीर कुकर्म करताना आपल्या पतीला मदत केली होती. दोघांनाही अटक करून ठाण्यात आणण्यात आले आणि कोठडीत बंद करण्यात आले.

पीडित मुलीची आई एक दलित महिला होती. ती राजकारणातही सक्रिय होती. घटनेच्या दिवशी ती मुलीला एकटे सोडून एका कार्यक्रमात सहभागी होण्यासाठी गेली होती. आपल्या मुलीसोबत घडलेल्या कुकर्माबाबत त्या महिलेला माहिती कळाली तेव्हा जखमी वाघीणीसारखी ठाण्याकडे धावत आली. ठाण्यावर पोहचेपर्यंत तिचा संताप नियंत्रणाच्या बाहेर गेला होता. तिने ठाण्यात पकडून आणलेल्या आरोपीला पाहिल्याबरोबर तिचा स्वतःवर ताबा राहिला नाही आणि तिने त्या आरोपीची जोरदार धुलाई केली. एका आईची अंतरिक वेदना आणि आक्रोश पाहून थोडा वेळ मीही तिला असे करू दिले. तिला अडविले नाही. ती महिला त्या आरोपीला झोडपत होती आणि आपण ज्या क्षणी राजकारणात येण्याचा निर्णय घेतला त्या बेकार क्षणालाही दोष देत होती. आपल्या मुलीवर झालेल्या अन्यायाच्या विरोधात एका आईच्या मनात निर्माण झालेली भावना मलाही जाणवत होती.

हळूहळू त्या महिलेचा राग शांत झाला तेव्हा तिला सर्व घटना सांगितली आणि गुन्हेगाराला कठोर शिक्षा मिळवून देण्यात येईल याचे तिला आश्वासन दिले. सोबतच तिच्या मुलीचा जीव वाचला असल्याचेही सांगितले. तिने पोलीसांना मनापासून धन्यवाद दिले.

ही घटना इतकी क्रूर, अमानवी आणि अंगावर शहारे आणणारी होती, की आजही मला जेव्हा ही घटना आठवते तेव्हा माझ्या आंगावर शहारे येतात. त्या अजाण मुलीचा भयभीत आणि बेशुद्ध पडलेला चेहरा माझ्या डोळ्यासमोर येतो. राहून राहून माझ्या मनात तेच अनुत्तरीत राहिलेले प्रश्न येतात.

* * *

नारी शक्तीचे रूप आहे...
सर्व जण शक्तीरूपात तिला पूजतात.

तरीही तिला लोकांच्या घाणेरड्या,
लासवट नजरांचा सामना करावा लागतो...
आणि तिला असाही देखावा करावा लागतो,
की तिला काही फरक पडत नाही!

तिला नात्यांच्या अनुबंधात जायचे असते...
चांगले मित्र हवे असतात...
पण पुरूषाची लालसा शेवटी सर्व काही नष्ट करते.
कारण त्याची एकटक नजर...
प्रत्येकीवर स्थिरावत असते.

(इंटरनेटवरून घेतलेल्या 'बेटी बेस्ट' या कवितेचा स्वैरानुवाद)

१३

अर्ध्या जगाची द्विधा

महिलांची छेड काढणे हे समाजातील अशे कटुसत्य आहे, जे जवळपास सर्वच महिलांना भोगावे लागते,तरीही नक्रो असलेले लचांड टाळण्यासाठी तसेच अपमानित होण्यापासून बचाव करण्यासाठी त्याकडे महिला दुर्लक्ष करीत असतात. अनेक महिला आणि मुली लोकलज्जेच्या भीतीने गुमानपणे हा त्रास सहन करीत असतात. काहींना या बाबतच्या कायद्याची पुरेशी माहिती नसते. काही मुलींचे आई–वडीलच मवाली आणि गुंडांच्या तोंडी न लागण्याचा सल्ला देत असतात. खरं तर याच कारणामुळे अशा प्रकारचे गुन्हे खूप कमी प्रमाणात नोंदवले जातात.

मी जेव्हा गढवालमध्ये पोलीस महासंचालक पदावर काम करीत होतो तेव्हा उच्च पदावर असलेल्या एका सभ्य व्यक्तीचा मला फोन आला. त्याने मला थोडा वेळ भेटण्याची इच्छा व्यक्त केली होती. त्यामागचे कारण कळल्यावर मी त्याला लगेच भेटीची वेळ दिली आणि ऑफिसमध्ये बोलावले. तो आपल्यासोबत दुसऱ्या एका व्यक्तीला घेऊन आला. आत आल्यानंतर सर्वात आधी त्याने हे प्रकरण गुप्त ठेवण्याची मला विनंती केली. पोलीसात जे काही प्रकरण येते तो गोपनीयच असते, असे मी त्याला आश्वासन दिल्यानंतर त्याने अतिशय दबक्या आवाजात मला सांगितले, की सोबत आलेल्या गृहस्थाच्या मुलीला एक मुलगा रोज त्रास देत आहे. एखादा मुलगा एखाद्या मुलीला विनाकारण चुकीच्या पद्धतीने त्रास देत असेल, तर त्याच्या विरूद्ध कायदेशीर कारवाई करता येत असल्याचे मी त्याला आश्वासन दिले. त्यामध्ये घाबरण्यासारखे काही नाही. असे आश्वासन मिळाल्यावर दुसऱ्या दिवशी आपल्या मुलीला घेऊन भेटायला येण्याची वेळ निश्चित करून ते निघून गेले.

दुसऱ्या दिवशी ती मुलगी आणि तिचे वडील ऑफिसमध्ये आले. मुलीचा पोषाख, चेहरा आणि बोलचाल पाहून ती एखाद्या सभ्य घरातील असल्याचे जाणवत होते. सुरूवातीला ती काही सांगण्यास संकोच करीत होती, पण मी प्रोत्साहन दिल्यानंतर हळू हळू ती मोकळेपणाने बोलायला लागली. तिने सांगितले, की सुमारे एक वर्षापूर्वी तिची एका मुलाशी मैत्री झाली होती. दोघे बराच वेळ गप्पा मारीत असत. मोबाईल फोन आणि एसएमएसद्वारेही ते संपर्क करीत असत.अर्थात त्यांच्यात शारीरिक संबंध मात्र नव्हते.

सुमारे तीन महिन्यापूर्वी तो मुलगा चांगल्या वागणुकीचा नसल्याचे त्या मुलीला कळाले. त्याचा उद्देश चांगला नसून अनेक मुलींशी त्याने अशा प्रकारची मैत्री ठेवली आहे. तो सर्व मुलींना खोटी आश्वासने देत असल्याचे कळल्यावर त्या मुलीने त्याच्याशी मैत्री तोडली. आता मला तुझ्याशी कोणत्याही प्रकारचे संबंध ठेवायचे नाहीत, असे तिने त्याला स्पष्ट शब्दात सुनावले. त्यानंतरही तो मुलगा त्या मुलीशी बोलण्यासाठी सतत प्रयत्न करीत होता. तो काही केल्या तिचा पिच्छा सोडायला तयार नव्हता. रोज रोज तिच्याशी विचित्र प्रकारे वागून तो तिला परेशान करीत असे. त्याचे असे वागणे म्हणजे जवळपास तिची छेड काढणेच होते. त्याच्या त्रासामुळे आता तिला घराबाहेर पडणे मुश्किल झाले होते.

त्या मुलाशी जुनी मैत्री असल्याची बाबही त्या मुलीने खूप खोदून खोदून विचारल्यावर मान्य केली होती. त्या मुलाशी आपली मैत्री असल्याचे आपण पोलीसांना सांगितले, तर पोलीस त्या मुलावर कारवाई करणार नाहीत, अशी तिला भीती वाटत असल्याचे तिच्या सांगण्यावरून वाटत होते. कदाचित त्यामुळे तिलाच दोषी ठरविले जाईल अशी तिला भीती वाटत होती. याबाबतच्या कायद्याविषयी मी तिला सविस्तार माहिती दिली. हळू हळू ती खुलली आणि तिने सर्व गोष्टी सांगितल्या तसेच त्या मुलाशी आपले शारीरिक संबंध नसल्याचे तिने ठामपणे सांगितले.

भारतीय दंड विधानाच्या कलम ३५४ अंतर्गत महिला आणि मुलींना कोणत्याही प्रकारे छेडणे हा दंडनीय गुन्हा आहे. मुलीने तक्रार केल्यावर गुन्हेगाराला थेट तुरुंगात पाठविता येते. कोणीही व्यक्ती एखादी मुलगी किंवा महिलेच्या इच्छेविरूद्ध तिच्याशी बोलण्याची प्रयत्न करीत असेल, अश्लिलपणे वागत असेल किंवा इतर कोणत्याही प्रकारे त्रास देत असेल, तर या कलमानुसार तो दोषी ठरतो. त्या मुलीचे त्याच्याशी

त्यापूर्वी कशाही प्रकारे संबंध असले तरी सुद्धा मुलीच्या इच्छेविरूद्ध तो तिच्याशी कोणत्याही प्रकारे वागत असेल किंवा तिची छेड काढीत असेल, तर त्याला अटक करून तुरूंगात पाठविता येते.

अशाच प्रकारची दुसरी तरतूद भादंवीच्या कलम ३७६ मध्ये बलात्काराच्या विरूद्ध करण्यात आली आहे. त्यानुसार मुलीच्या इच्छेविरूद्ध बळजबरीने कोणत्याही प्रकारचे शारीरिक संबंध प्रस्थापित करणे किंवा तसा प्रयत्न करणे हा पूर्णपणे शिक्षापात्र गुन्हा आहे. त्या पूर्वी मुलीच्या इच्छेनुसार कितीही वेळा शारीरिक संबंध स्थापित झाले असले, तरीही एखाद्या वेळी बळजबरीने प्रयत्न करणे हा दंडनीय गुन्हा आहे.

कायद्यात असलेल्या सर्व प्रकारच्या तरतुदीची वारंवार माहिती दिल्यानंतर माझे म्हणणे त्या मुलीच्या लक्षात आले. त्या मुलाशी मैत्री करून आपण काही गुन्हा केला नाही, याची तिला खात्री पटली. काही दिवस त्याच्याशी मैत्रीपूर्ण संबंध ठेवले म्हणजे त्याला तिची छेड काढण्याचे वा तिला आणि तिच्या कुटुंबाला त्रास देण्याचा परवाना मिळाला, असे होत नाही. ती मुलगी इतकी घाबरली होती, की तिला रात्रंदिवस त्याच मुलाची भीतीदायक स्वप्ने पडत असत. त्याच बरोबर भविष्यात आपण कुणाशी मैत्री करू शकणार नाहीत, अशी तिला भीती वाटू लागली होती. हा मुलगा लग्नानंतरही तिला सुखाने जगू देणार नाही, अशी तिला भीती वाटत होती. कारण त्याने तशा प्रकारच्या तिला धमक्या द्यायला सुरूवात केली होती.

कायद्याचा पक्का आधार लक्षात आल्यानंतर ती मुलगी आणि तिच्या वडिलांच्या मनात आत्मविश्वास निर्माण झाला. सुरूवातीला कोणत्याही प्रकारची लेखी तक्रार देण्याची त्यांची इच्छा नव्हती. त्यांना फक्त त्या मुलापासून सुटका हवी होती; पण मी प्रोत्साहन दिल्यावर दोघांनीही त्या मुलाला कठोर शिक्षा मिळवून देण्याची मानसिक

तयारी केली. त्यामुळे अशा प्रकारे वागणाऱ्या इतरांनाही धडा मिळेल.

शेवटी त्या मुलींने आणि तिच्या वडिलांनी काहीही लपवा छपवी न करता पूर्ण घटनेची सविस्तार माहिती देत लेखी तक्रार दाखल केली. त्या आधारे त्या मुलाविरूद्ध भादंवीच्या कलम ३५४ अंतर्गत गुन्हा दाखल करण्यात आला. या प्रकरणाची चौकशी केल्यानंतर तो मुलगा खरोखरच चांगल्या वागुणकीचा नसल्याचे आढळून आले. साधारणपणे सर्वच मुलींना अशा प्रकारे छेडणे हा त्याचा स्वभाव होता. सत्य उघड झाल्यावर त्या मुलाला अटक करून तुरूंगात पाठविण्यात आले. ती मुलगी आणि तिचे वडील इतर लोकांसारखे मूग गिळून बसले असते, तर या मुलाची हिंमत आणखी वाढली असती आणि अशाच प्रकारे त्याने आणखी किती मुलींना सतावले असते, काय माहीत. किती तरी मुलींच्या आयुष्याशी तो खेळला असता, त्यांची रात्रीची झोप उडविली असती. खरं तर मुली गप्प बसतात म्हणूनच अशा प्रकारच्या मजनूंची हिंमत वाढत असते. त्याचमुळे मग गुन्ह्याची मालिका वाढत जाते.

अशाच प्रकारचे दुसरेही एक प्रकरण माझ्यासमोर आले होते. या वेळी पंजाब नॅशनल बँकेतील एका वरिष्ठ अधिकाऱ्याचा मला फोन आला, की त्यांना मला भेटायचे होते. भेटीसाठी बोलावल्यावर त्यांनीही या प्रकरणी गुप्तता पाळण्याच्या अटीवर मला आपली कहाणी सांगितली. त्यांच्या बँकेच्या ग्रामीण शाखेत कार्यरत असलेली एका वीस एकवीस वर्षांची तरूणी शहरात असलेल्या आपल्या घरून बँकेच्या ग्रामीण शाखेत ये- जा करीत असे. गेल्या सुमारे एक महिन्यापासून दोन मुले तिचा पाठलाग करीत असत आणि तिला टोमणे मारीत असत. एक महिनाभर त्या मुलीने हे सर्व सहन केले आणि आपल्या मॅनेजरलाही याबाबत तिने काही सांगितले नाही. हे सर्व प्रकरण असह्या झाल्यावर तिने मॅनेजरला सर्व काही सांगून टाकले. आज जेव्हा ही मुले तिचा पिच्छा करीत होते, तेव्हा त्यातील एकाने पोलीस वर्दी घातली असल्याचेही त्या मुलीने सांगितले. त्यांच्या विरूद्ध पोलीसात तक्रार करावी की नाही, याबाबत एक महिन्यापासून तिची द्विधा मनःस्थिती होती. आज मात्र त्या मुलीने दोघापैकी एकाला पोलीसी गणवेशात पाहिले तेव्हा तिची हिंमत खचली. आता तिला पोलीसात तक्रार करायची नव्हती कारण आता पोलीस तिच्या तक्रारीकडे लक्ष देणार नाहीत असे तिला वाटू लागले. अशा वेळी तिने हिम्मत करून मॅनेजरला सर्व काही सांगितले.

यातून काही तरी मार्ग काढण्याविषयी बँक मॅनेजर मला सांगत होते. ज्यामुळे मुलीची बदनामीही होणार नाही आणि पोलीसांची प्रतिमाही खराब होणार नाही. या बाबतीत माझा विचार मात्र वेगळा होता. मुलीने काही गुन्हाच केला नसेल, तर याबाबतीत मुलीची बदनामी होण्याचे कारणच काय? एखाद्या चांगल्या मुलीला कुणी त्रास देत असेल, तर त्या मुलीने त्या विरूद्ध ठामपणे आपला आवाज उठवायला हवा. अशा मजनूविरूद्ध कडक कायदेशीर कारवाई करायला हवी. पोलीसांच्या प्रतिमेचा प्रश्न आहे म्हणून अशा प्रकरणी जर वरिष्ठ पोलीस अधिकारी गप्प बसून राहिले, तर त्यामुळे पोलीसांची प्रतिमा आणखी मलीन होईल. शिवाय त्यामुळे अशा मुलांची हिमत आणखी वाढेल.

बँक मॅनेजरने त्या मुलीला माझ्या ऑफिसात बोलावले आणि चांगल्या प्रकारे समजावून सांगितल्यानंतर माझे म्हणणे त्यांच्या लक्षात आले. मुलीच्या मनात अशी एक शंका होती, की एकदा त्या मुलांच्या विरोधात तक्रार दिल्यानंतर ते मला पुन्हा त्रास देतील. कारण त्यांच्यापैकी एक जण तर पोलीसात होता. असे वागणाऱ्या मुलाला पोलीसात ठेवले जाणार नसल्याचे मी त्या मुलीला सांगितले. त्यांनी पूर्ण घटनेसह तक्रार दिली.. तक्रारीच्या आधारे पालीस कॉन्स्टेबल आणि त्याच्या सहकारी मित्राच्या विरोधात भादंवी ३५४ अंतर्गत गुन्हा दाखल करून चौकशी सुरू केली. आरोपात सत्यता आढळून आल्यामुळे दोन्ही मुलांना तुरूंगात पाठविण्यात आले. पोलीस कॉन्स्टेबल मुलाला पोलीसांची प्रतिमा मलीन केल्याच्या कारणाखाली पोलीस सेवेतून निलंबित करण्यात आले. लोकांना सुरक्षितता देणे, हेच ज्यांचे काम आहे, असे लोक सामान्य माणसाला त्रस्त करू लागले, तर 'रक्षक हेच भक्षक' बनल्यासारखे होईल. अशा लोकांना कोणत्याही प्रकारे क्षमा करण्याचा प्रश्नच निर्माण होत नाही. अशाच लोकांच्या वागण्यामुळे खाकी वर्दी डागाळली आहे. त्यामुळे त्यांना धडा शिकविणे अतिशय आवश्यक असते.

* * *

माझा कुसुमासम मुलगा वेदनेने कण्हत आहे...
आणि दुःखावेगाने तळमळत आहे.

जेव्हा मी वेदनेने तडफडणाऱ्या
माझ्या फुलासारख्या मुलाचा विचार करते...
त्याच्या अपहरणाशी संबंधित
प्रत्येक बातमीचा मी विचार करते...

तेव्हा माझे काळीज विदीर्ण होते
आणि त्यातून रक्त भळभळायला लागते...
आणि माझे काळीज कुरतडले जाते.
अरेरे ! मी किती असहाय्य आहे हे, कोणाला उमजत नाही.

(इंटरनेटवरून घेतलेल्या सीमाची कविता 'माय ॲब्कटेड सन' चा अनुवाद)

१४

'पकड'ण्याचा गोरख धंदा

उत्तर प्रदेशातील मैनापुरी जिल्हा आग्रा विभागातील बीहडतम भागातील एक महत्त्वाचा भाग समजला जातो. या बीहडभागात मातीचे छोटे मोठे टिळे मैलो न मैल पसरल्याने गुन्हेगारांना अपसूकच आश्रय घेण्याचे अनेक पर्याय उपलब्ध होतात. या तालुक्याच्या उत्तरेला गंगेच्या खोऱ्यातील भाग येतो, तर दक्षिणेला यमुना आणि चंबळचे खोरे येते. एटा, इटावा, मैनपुरी हा भाग बऱ्याच दीर्घकाळापासून गुन्हेगाराचे आश्रयस्थान राहिला आहे. या भागाला लागूनच मध्यप्रदेशातील मिण्ड आणि मुरैना सीमाभाग आहे, तो कुख्यात डाकूंसाठी प्रसिद्ध आहे. लहान सहान गोष्टीसाठी हत्या करण्यासारखे गुन्हे करणे इथे अतिशय सामान्य बाब आहे.

अपहरण हा सुद्धा या भागातील एक मुख्य गुन्हा आहे. एखाद्या कुटीर उद्योगाप्रमाणे तो या भागात बहरला आहे. याशिवाय उत्तर प्रदेशात सर्वाधिक अपहरणाच्या घटना मुज्जफरनगरमध्ये होतात. स्थानिक भाषेत याला 'पकड' म्हणतात. येथे अतिशय लहान रकमेसाठीही 'पकड' केली जाते. ही पकड अनेक वेळा एका टोळीकडून दुसऱ्या टोळीकडे हस्तांतरित होत जाते व अशा प्रकारे अनेक गुन्हेगारांद्वारे केली जाते. एक टोळी आपण अपहरण केलेल्या व्यक्तीला पैसे घेतल्यानंतर दुसऱ्या टोळीच्या हवाली करते. जितक्या टोळीच्या हातातून ही पकड बदलत जाते तितकी अपहरणाची रक्कम वाढत जाते.

अपहरणाचा गुन्हा हत्येपेक्षाही जास्त सनसनाटी असतो. कारण हत्येमध्ये व्यक्ती मारली जाते. अपहरणामध्ये मात्र व्यक्ती जिवंत असूनही स्वतः आणि आपल्या

कुटुंबियात अनेक वेळा मेल्याच्या जाणीवेतून जातो. तो जिवंत असल्याची आशा त्याच्या घरातील लोक आणि गाववाल्यांना असते. घरच्या लोकाचे सुख-चैन आणि रात्रीची झोप उडते. अपहृत व्यक्तीचा शोध घेण्यासाठी ते रात्रंदिवस प्रयत्न करीत असतात. अशा प्रकरणी पोलिसांना भरपूर काम करावे लागते. त्यांना खूप लवकर खूप वेगात पाऊले उचलावी लागतात तसेच समजूतदारपणाही दाखवावा लागतो. कारण पोलीस आणि कुटुंबियांची एखादी लहानशी चूकही अपहृत व्यक्ती किंवा मुलाला प्राणघातक ठरू शकत असते.

पोलीस कारकिर्दीत अशा प्रकारच्या अपहरणाची अनेक प्रकरणे माझ्या समोर आली. एखाद्या हत्येचे गंभीर प्रकरण सोडविताना जितका आनंद होत असतो, त्यापेक्षा किती तर पट अधिक आनंद अपहृत व्यक्तीची सुटका केल्याने होत असतो. अपहृत व्यक्ती सापडल्यानंतर त्याच्या कुटुंबियांना होणारा आनंद तर शब्दात व्यक्त करणे अवघड आहे. तो फक्त अनुभवता येतो. पकडच्या दरम्यान अनेक वेळा मृत्यूचा अनुभव घेतलेली अपहृत व्यक्ती सुटून आल्यानंतर पुनर्जन्म झाल्याप्रमाणे आपले आयुष्य जगत असते.

मैनपुरी येथे १९९८ साली वरिष्ठ पोलीस अधिक्षक म्हणून मी काम करीत होतो तेव्हा तेथील गुन्हेगारांची गुन्हे करण्याची मानसिक प्रवृत्ती पाहून मी संपूर्ण जिल्ह्यात संध्याकाळी सहा ते आठ या वेळेत झडती व तपासणी नाक्यांची योजना लागू केली होती. जवळपास सात वाजता वायरलेसवर मला असे ऐकू आले, की अलाऊ रोडवर दारूच्या अड्डयाजवळ दोन संशयीत लोक पकडण्यात आले आहेत. जे वारंवार आपले बयान बदलत होते. मी स्वतः जाऊन त्यांची चौकशी करण्याचा निर्णय घेतला. मी वाटेत असतनाचा वायरलेसवर मला दुसरा निरोप मिळाला, की अलाऊहून मैनपुरीला जाणाऱ्या बसला कारमध्ये आलेल्या पाच जणांनी रस्त्यात अडविले आणि बंदकीचा धाक दाखवून बसमधील एका कनिष्ठ अभियंत्याला आणि त्याच्या एका सहकाऱ्याला आपल्या सोबत उचलून अलाऊच्या दिशेने पळवून नेले.

या दोन्ही घटनांत काही परस्पर संबंध तर नाही ना, अशी मला शंका आली. मी लवकरात लवकर दारूच्या दुकानाजवळ गेलो. दोन्ही संशयिताची वेगवेगळी चौकशी केली. सुरूवातीला त्यांनी खोटे बोलून पाहिले, पण दोघांच्या बोलण्यातील विसंगती

त्यांच्यासमोर मांडली तेव्हा खूप लवकर दोघेही घडाघडा बोलू लागले. त्या इंजिनिअरच्या अपहरणाच्या योजनेतील एक भाग असल्याचे त्यांनी मान्य केले. थोडी खोलवर चौकशी केल्यावर असे आढळून आले, की नुकतेच अलाऊच्या बसमधून करण्यात आलेल्या अपहरणाच्या घटनेशी हे दोघे संबंधित होते. अपहरण करणारे 'पकड' ला घेऊन ज्या ठिकाणी जाणार होते, त्या ठिकाणी जेवण आणि दारू घेऊन जाण्याची जबाबदारी यांच्यावर सोपविण्यात आली होती.दुर्दैवाची बाब अशी, की या दोघांना घेऊन आम्ही त्या ठिकाणी गेलो तेव्हा यांची वाट पाहून अपहरणकर्त्यांनी आपली जागा बदलली होती.

'पकड'ला ठेवलेल्या ठिकाणी जाण्यासाठी आम्ही गव्हाच्या शेतातून जाणाऱ्या कच्च्या रस्त्याने गेलो होतो. पुढे गेल्यावर एक कालवा लागत होता. गव्हाचे शेत आणि कालवा याच्या दरम्यान थोडी फार झाडी होती. त्याच दरम्यान सिंचन विभागाची खूप दिवसांपासून बंद असलेली एक पंम्पिंग रूम होती. सिंचन विभाग आता तिचा वापर करीत नसल्यामुळे ती जागा आता गुन्हेगाराचे आश्रयस्थान झाली होती. या अपहरणाच्या योजनेत सामील असलेल्या त्या दोन बदमाशांना घेऊन आता पुढे काय करावे याचा विचार करीत आम्ही तिथेच उभे होतो. आमच्याजवळ खूप कमी वेळ होता. म्हणून त्या ठिकाणाहून चारही दिशेला एकेक पोलीस पार्टी पाठविण्यात आली. जवळपास चार-पाच किलोमिटरचा परिसर पिंजून काढण्यात आला. रात्रीची वेळ होती त्यामुळे सर्च लाईटची मदतही घेण्यात आली. दीड तास शोध घेऊनही हाती काही लागले नाही. शोधून थकल्यावर आम्ही सर्व जण पुन्हा त्या जुनाट झालेल्या घराजवळ एकत्र आलो.

ते बदमाश आमच्यापेक्षा हुशार निघाले होते. खूप लवकर ते आमच्या पोहचण्याच्या पलीकडे गेले होते. पुढची कारवाई करण्यासाठी त्यांच्यापर्यंत पोहचण्याचा एकच मार्ग उरला होता. लवकरात लवकर अपहरण कर्त्यांचे घर आणि ठिकाण्यांबद्दल माहिती मिळविणे आणि त्या ठिकाणी रात्रीच शोधासाठी पोलीस पाठविणे. पकडलेल्या दोघांकडे पुन्हा खोलवर चौकशी केली आणि अपहरणाशी संबंधित असलेल्या सर्व लोकाच्या ठिकाण्यांची रात्रीच झडती घेण्यात आली. या झडतीच्या दरम्यान या अपहरणाशी संबंधित असलेले आणखी तीन-चार बदमाश आमच्या तावडीत सापडले. संपूर्ण

रात्रभर कारवाई करीत करीत सकाळच्या वेळी आम्ही त्या ठिकाणी पोहचलो, जिथे त्यांनी अपहृत व्यक्तीना लपविले होते. अपहृतांच्या सोबत तेव्हा तिथे फक्त दोनच लोक उरले होते. उर्वरित सर्वांना आम्ही रात्रीच अटकेत टाकले होते.

ते दोघेजण अपहृतांना व्यवस्थितरित्या हाताळू शकत नव्हते. पोलीसांनी त्या ठिकाणाला घेराव घातला आणि अपहरणकर्त्यांना समर्पण करण्याविषयी सांगण्यात आले. त्याचबरोबर त्यांच्या इतर साथीदारांना पकडल्याचेही त्यांना दुरून दाखविले. तेव्हा आपली योजना पूर्णपणे फसली असल्याची आणि आपले इतर सोबती पकडले गेल्याची अपहरणकर्त्यांना जाणीव झाली. आात त्यांच्याजवळ फक्त दोनच पर्याय होते, एक तर हल्ला करायचा किंवा समर्पण करायचे. पोलीस बळाच्या समोर त्यांनी दुसरा मार्ग स्वीकारण्याचा निर्णय घेतला. त्या दोघांनीही स्वतःला पोलीसांच्या हवाली केले. अशा प्रकारे अपहृत व्यक्तींची सुटका करण्यात आम्हाला यश आले होते. पोलीसांना पाहून त्या ज्युनिअर इंजिनिअरच्या आणि त्याच्या जोडीदाराच्या आनंदाला पारावार राहिला नाही. जणू काही त्यांना नवीन जीवनच मिळाले होते. अवघ्या बारा तासातच त्यांची अवस्था अतिशय दयनिय झाली होती. रात्रभर पायी चालल्यामुळे दोघांचेही पाय सुजले होते. पाणी न मिळाल्यामुळे त्यांच्या ओठांना कोरड पडली होती. त्यांच्या चेहऱ्यावर मृत्यूची भीती स्पष्टपणे जाणवत होती. त्यांनी आम्हाला सांगितले, की ते रात्रभर सुमारे दहा तास शेत, नदी आणि पाणी यातून सतत चालत होते. कुठेही थांबलो नाहीत की काही खायला प्यायला मिळाले नाही. सकाळी सकाळी पाच वाजता उजाडण्याच्या थोडे आधी आम्ही इथे आलो होतो. इतक्या लवकर आपली सुटका होईल, असा त्यांनी अजिबात विचार केला नव्हता.

अशा प्रकारे अवघ्या बारा तासात संपूर्ण प्रकरण मिटले होते. अपहरण कर्त्यांची जी काही योजना होती आणि ती कार्यान्वित करण्यासाठी ज्या ज्या लोकांवर जबाबदारी सोपविण्यात आली होती, त्या सर्व साखळ्या एकेक करून पोलीसांनी उखडल्या होत्या. त्यामुळेच त्यांची योजना अयशस्वी झाली होती. आम्ही लोकांनी रातोरात लगेच कारवाई केली नसती आणि खंडणीच्या रकमेच्या मागणीची वाट पाहत थांबलो असतो, तर एका दीर्घ प्रक्रियेतून जावे लागले असते. शिवाय त्यामुळे अपहृतांच्या जिवाचा धोकाही वाढला असता.

अशाच प्रकारची एक घटना मथुरेतही घडली होती. त्यामध्ये सात वर्षांच्या एका अज्ञान मुलाचे अपहरण करण्यात आले होते. मुलगा आपल्या आंगणात खेळत असताना ओळखीच्या कुणी तरी त्याला चॉकलेटचे आमिष दाखवून बोलावून नेले होते. मी 'टॉफी खाण्यासाठी जात आहे, असे आजीला सांगून तो बाहेर गेला होता आणि पुन्हा घरी परत आला नव्हता. खूप शोधाशोध केल्यावरही त्याचा पत्ता लागला नाही तेव्हा घरच्या लोकांनी या प्रकरणी पोलिसात तक्रार दाखल केली.

माहिती मिळाल्यावर आम्ही लगेच घटनास्थळी गेलो. तसेच पूर्ण जिल्ह्यात नाकाबंदी केली. दोन तासाच्या आतच अपहरणकर्त्यांनी पाच लाख रुपयांच्या खंडणीची मागणी केली. या दरम्यान आम्ही त्यांच्या घरातील टेलिफोनला कॉलर आय़ डी लावला होता. त्यामुळे हा फोन कोठून आला ते आम्हाला कळून चुकले होते. आता पुढे तपासणी करण्यासाठी आम्हाला दिशा मिळाली होती. त्यानुसार आम्ही कारवाई सुरू केली होती.

एका तासानंतर हाच फोन पुन्हा आला. यावेळी त्यांनी मुलाच्या वडिलांना पोलीसांना माहिती दिली म्हणून चांगलेच फटकारले होते. शिवाय आव्हानात्मक स्वरूपात पोलीस तुझ्या मुलाला वाचवू शकणार नाहीत, असे सांगितले होते. पोलिसांना सूचना दिल्यापासून पोलिसांनी उचललेल्या एकेका पावलाबाबत आम्हाला माहिती असल्याचेही त्याने सांगितले होते. आणखी जास्त हुशारी दाखविली, तर काही तरी भयानक होईल, अशी धमकीही त्यांनी दिली होती. त्यांना आपल्या मुलाचा जीव वाचवायचा असेल,तर पाच लाख रूपयांची खंडणी देण्याशिवाय तुमच्याकडे दुसरा काहीही मार्ग नाही, असेही धमकावले.

त्या फोनवरून ही माहिती लक्षात आली, की त्या अपहरणकर्त्याचा एखादा सोबती कुठे तरी घराच्या आसपासच असावा. पोलीस आणि घरवाल्यात होणाऱ्या बोलण्यातील एकेक शब्द त्याला माहीत होता. त्यानंतर मी घरातील अतिशय जवळचे लोक वगळता बाकी सर्वांना बाहेर पाठवून घर रिकामे करून घेतले. आता घरात फक्त घरवाले आणि सात- आठ नातेवाईक उरले होते. गुप्तचर विभागाला त्यांच्या मागे लावून त्या सर्वांवर लक्ष ठेवायला सांगितले. थोड्या वेळानंतर त्यापैकी एका व्यक्तीवर आमच्या विभागाच्या लोकांनी संशय व्यक्त केला. तो जरा जास्तच बेचैन होता आणि आत बाहेर करीत तो सारखे फोन करीत होता. चौकशी केल्यावर तो

अपहृत मुलाच्या आत्याचा मुलगा असल्याचे आढळून आले.

आपल्या मामेभावाच्या बाबतीत घडलेल्या घटनेमुळेही तो अस्वस्थ होऊ शकत होता, तसेच दुसऱ्या बाजूला तो खरोखरच गुन्ह्यामध्ये सहभागी झालेलाही असू शकत होता. मी मुलाच्या वडिलांना एकांतात बोलावून त्यांच्याशी या विषयावर चर्चा केली तेव्हा मुलाचा आतेभाऊ अशा प्रकारे कसे काय करू शकेल, अशी शंका त्यांनी व्यक्त केली. या दरम्यान मी त्याचा मोबाईल नंबर घेऊन त्याच्याकडून केलेल्या कॉलचा सर्व तपशील मिळविला. सुमारे अर्ध्या तासात आम्हाला माहिती मिळाली. या दरम्यान घरवाल्यांना आणखी एकदा फोन आला होता. पूर्वीच्या फोन नंतर सुमारे एक तासाने हा फोन करण्यात आला होता. याचा अर्थ अपहरणकर्ते एका निश्चित दिशेने जात होते आण वाटेत येणाऱ्या पीसीओवरून ते फोन करीत होते. यावेळी अपहरणकर्त्यांनी शेवटचा इशारा दिला, की त्या मुलाच्या घरच्यांनी जर पोलीसांची साथ सोडली नाही, तर एका तासाच्या आत मुलाचे डोके उडविले जाईल.

आत्याच्या मुलाच्या मोबाईल फोनच्या कॉल डिटेलवरून आम्हाला अशी माहिती मिळाली की याच मार्गावरील दोन पीसीओवरून या कालावधीत दोन फोन कॉल आले होते. याच मार्गावरील पीसीओवरून मुलाच्या वडिलांनीही फोन आले होते. त्यामुळे माझा संशय पक्का झाला आणि त्या मोबाईलवाल्या मुलाला एकांतात घेऊन मी त्याची चौकशी सुरू केली. तो काही व्यावसायिक गुन्हेगार नव्हता त्यामुळे तो लवकरच घडाघडा बोलायला लागला. या गुन्ह्यात आपला सहभाग असल्याचे त्याने मान्य केले होते. तो सुमारे अठरा वीस वर्षांचा तरूण होता. त्याने सुमारे दोन वर्षांपूर्वी पाच लाख रुपये उसने घेऊन आपला व्यवसाय सुरू केला होता. दोन वर्षात त्याचे दिवाळे निघाले होते आणि सर्व पैसे बुडाले होते. आता आपण आपल्या आई वडिलांना तोंड दाखविण्याच्या लायकीचे राहिलो नाहीत, असे त्याला वाटत होते. त्यामुळे चांगली आर्थिक स्थिती असलेल्या आपल्या मामाच्या कुटुंबाकडून ही रक्कम गोळा करण्याची त्याने योजना आखली. या गुन्हयासाठी त्याला मदत करणारे त्याच्या सोबत काम करणारेच होते.

मुख्य गुन्हेगार अशा प्रकारे सापडल्यानंतर त्याला ताब्यात घेऊन त्याच मार्गावरून पुढे निघालो, ज्या मार्गावर आमचे पोलीस पथक आधीच गेले होते. त्याच्या फोनवर

त्याच्या मित्रांचा पुन्हा फोन आला तेव्हा घरच्या लोकांनी पोलीसांना अपमानित करून परत पाठविले असल्याचे आणि आता इथे पोलीस नसल्याचे सांगायला सांगितले. पोलीस परत गेल्याचे कळल्यावर अपहरण कर्त्यांनी मुलाच्या वडिलांना पाच लाख रुपयांची खंडणी आणून देण्याचे ठिकाण आणि वेळ सांगितली. आम्ही पकडलेल्या मुख्य आरोपीच्या फोनवरही त्यांनी अशाच आशयाची सूचना दिली. तसेच त्यांचे थांबण्याच्या ठिकाणाविषयीही सांगितले.

पैसे हस्तांतरीत करण्याच्या ठिकाणी मुलाच्या वडिलासोबत आम्हीही या गुन्हेगाराला घेऊन पोहचलो. अपहरणाची ही घटना संध्याकाळी सात वाजेच्या सुमारास घडली होती. सकाळी साधारणपणे पाच वाजता आम्ही या मास्टर माईंडला सोबत घेऊन त्या ठिकाणाला घेराव घातला होता, ज्या ठिकाणी ते अपहरणकर्ते आणि अपहरण केलेला मुलगा दडून बसले होते. तोपर्यंत अपहरणकर्ते मुलाला घेऊन शांतपणे झोपले होते. कारण त्या मुलाच्या कुटुंबियांनी आता पोलीसांची साथ सोडली असल्याचे त्यांना त्याच्या साथीदाराने कळविले होते. आम्ही अतिशय सजगपणे मुलाला झोपविले होते त्या ठिकाणी गेलो. बदमाश झोपले होते त्यामुळे ते जास्त विरोध करू शकले नाही. आम्ही त्या बदमाशांना पकडले आणि मुलांची सुटका केली.

मुलाने आपल्या वडिलांना पाहिल्याबरोबर तो त्यांच्या कुशीत गेला आणि रडायला लागला. थोड्या वेळात त्याच्या चेहऱ्यावर हासू आले. मुलगा आणि वडिलांच्या भेटीचा हा क्षण अतिशय भावनिक होता. वडिलांच्या डोळयातून सतत आसवे वाहत होती. आपल्या काळजाचा तुकडा एकदम सुरक्षित अवस्थेत परत मिळाला आहे, यावर त्यांचा विश्वासच बसत नव्हता. पोलीस पथकाबद्दलची कृतज्ञतेची भावना त्यांच्या डोळयात स्पष्टपणे दिसत होती. पोलीसांनी समजूतदारपणे आणि तातडीने केलेल्या कारवाईमुळेच दहा तासातच हे प्रकरण निकाली निघाले आणि एका अज्ञान मुलाचे जीवन वाचविले.

* * *

आजच्या तथाकथीत बुद्धिजीवी वर्गाचा
आत्मा जणू मेला आहे...
उरली आहे क़ेवळ राख.

या मृतप्राय आत्म्यांच्या मालकांनी...
आधुनिकतेच्या बुरख्याआड
चालत्या-फिरत्या यंत्रांना
मानवतेची हत्या करतांना
न्याहळत राहतो मी...
नितांत एकटा!

(माझी डायरी - ज़ून १९८६)

१५

आम्ही नाही सुधारणार

आपल्या समाजात भ्रष्टाचार खूप खोलवर रुजला आहे. नोकरीच्या सुरूवातीच्या काळात अलाहाबाद येथे सहाय्यक पोलीस अधिक्षक म्हणून काम करीत असतानाच माझ्या समोर भ्रष्टाचाराशी संबंधित दोन प्रकरणे आली. मी नवी नवी नोकरी सुरू केली होती, त्यामुळे नवा-नवा जोश होता. या दोन्ही प्रकरणात मी अशी काही प्रभावी कामगिरी केली होती, की आजही लोक त्याचा दाखला देतात.

एके दिवशी सुमारे वीस पंचवीस ड्रायव्हर वरीष्ठ पोलीस अधिक्षक अलाहाबाद यांच्याकडे एक तक्रार घेऊन आले. त्या ड्रायव्हरांनी सांगितले, की त्यांचे ट्रक गेल्या तीन -चार दिवसांपासून दिल्ली कोलकत्ता महामार्गावर उभे आहेत. त्यांना आरटीओच्या कर्मचाऱ्यांनी अडविले आहे. आरटीओचे कर्मचारी त्यांना पाच पाच हजार रूपये मागीत आहेत आणि त्यांच्याकडे देण्यासाठी इतके पैसे नाहीत.

ड्रायव्हरांनी पुढे असेही सांगितले, "साहेब, आम्ही आरटीओवाल्यांना हात जोडले आणि आमचे चालान भरायला सांगितले. जो काही दंड होईल, ते आमचे मालक भरतील. पण आम्हाला तर जाऊ द्या. पण त्या लोकांनी आमचे कागदही जप्त केले आहेत. त्यामुळे कागदपत्रांशिवाय आणि चालानशिवाय आम्ही पुढेही जाऊ शकत नाही.आम्हाला इथे थांबून चार-पाच दिवस झाले आहेत. आता आमच्याजवळ खाण्या पिण्यासाठीही पैसे नाहीत."

त्यांची व्यथा ऐकल्यावर वरीष्ठ पोलीस अधिक्षकांनी त्यांना माझ्याकडे पाठविले. यांचे म्हणणे खरे असेल, तर या प्रकरणी ट्रॅपची कारवाई करण्याचे त्यांनी मला आदेश दिले. मी त्या सर्व ड्रायव्हरांशी सविस्तर बोललो. त्यांची व्यथा समजून घेण्यासाठी

मी खोलात शिरण्याचा प्रयत्न केला. त्यानंतर ठाणे अंमलदारासह एल. आय..यूच्या कर्मचाऱ्यांना मी साध्या कपड्यात पाठविले. तिथे सर्व प्रकार ड्रायव्हरांनी सांगितल्याप्रमाणेच होत होता. ते एक भ्रष्टाचाराच्या अतिरेकाचे प्रकरण असल्याचे चौकशीनंतर आढळून आले. १९९२-९३ सालचे पाच हजार रूपये म्हणजे आजच्या हिशोबाने ती रक्कम दहापट जास्त होती. ड्रायव्हरकडे इतक्या मोठ्या रकमेची मागणी करणे आणि त्याना इतके दिवस रस्त्यात अडवून ठेवणे कोणत्याही दृष्टिने न्यायसंगत नव्हते. आरटीओच्या कर्मचाऱ्यानी या ड्रायव्हरांचे चालान भरले असते आणि त्यांच्याकडून बारीक सारीक वसुली केली असती, तर कदाचित हे ड्रायव्हर पोलीसांपर्यंत आले नसते. पण त्यांची मागणी ड्रायव्हरच्या लायकीपेक्षा किती तरी अधिक होती. जवळच्या ड्रायव्हरनी तर आपल्या मालकांना बोलावून या प्रकरणातून आपली सुटका करून घेतली होता. पंजाब, हरियाणा आणि दिल्ली भागातील ड्रायव्हर तर दूर असल्यामुळे आपल्या मालकांनाही बोलावू शकत नव्हते. तीन चार दिवसांपासून ते तिथेच थाबले होते. त्यांच्यापैकी एक निवृत्त पोलीस कर्मचारी होता जो धाडस करून त्या सर्वांना घेऊन पोलीसांपर्यंत आला होता.

चौकशीनंतर पूर्ण खात्री पटल्यावर मी सापळा रचण्याची योजना आखली. सह्या केलेल्या काही नोटा मी पोलीसामधून निवृत्त झालेल्या ड्रायव्हरला दिल्या आणि त्यांच्यासोबत साध्या वेशातील पोलीस कर्मचारी पाठविले. हा ड्रायव्हर आरटीओच्या कार्यालयात गेल्यावर तेथील माणसाने त्याला थेट आपल्या साहेबांकडे नेले. तिथे आरटीओने काहीही संकोच न करता, जराही लाज न बाळगता किंवा काहीही लपवा छपवी न करता ते पैसे घेतले आणि म्हणाला, "इतक्या दिवसापासून हैराण होऊन फिरत होतास. आधीच हा शहाणपणा दाखविला असता, तर ही वेळ आली नसती. तुझ्या इतर सहकाऱ्यांनाही जरा शहाणपणा सांग. किती दिवस ते असेच हाय-वे वर डेरा टाकून राहणार आहेत." आरटीओने पैसे घेतल्याबरोबर पोलीस स्टाफने त्याला रंगेहात अटक केली.

या सर्व प्रकरणातील सर्वात सनसनाटी बाब न्यायालयाता तेव्हा पहायला मिळाली, जेव्हा आरटीओच्या जमानत अर्जावर जिल्हा न्यायालयात सुनावणी केली जात होती. हा आरटीओ त्या भागात इतका बदनाम झाला होता, की सर्व वकिलांनी न्यायालय परिसरातच त्याच्या विरोधात घोषणाबाजी करायला सुरूवात केली. अशा बेईमान माणसाच्या जमानत अर्जावर सुनावणी केली जाऊ नये, अशी त्यांची मागणी होती. त्याची जमानत घेण्यासाठी कोणीही वकील तयार झाला नाही कारण हा आरटीओ वकिलांकडूनही ड्रायव्हिंग लायसन देण्यासाठी मोठमोठी रकम घेत असे.

सर्वच आरटीओ भ्रष्ट असतात, असे नाही. काही चांगलेही असतात. काही तर स्वतः नुकसान सहन करून मदत करायला तयार असतात. पण एखादा कोणी भ्रष्टाचार आणि अन्यायाच्या सर्व मर्यादांचे उल्लंघन करतो तेव्हा त्यावर अशाच प्रकारची कारवाई करणे आवश्यक असते. वर्तमानपत्रांनी ही घटना प्रामुख्याने प्रकाशित करताना हा पोलीस आणि जनतेचा विजय असल्याचे म्हटले होते. एका वर्तमानपत्राने तर असेही लिहिले होते, "रस्त्यावर राजरोस पडत होता हा दरोडा !" एका अधिकाऱ्यासाठी याहून अधिक लज्जास्पद आणि अपमानजनक अशी दुसरी कोणती गोष्ट असू शकते !

* *

दुसऱ्या प्रकरणात विद्युत विभागातील दक्षता शाख़ेतील एका इन्सपेक्टरच्या विरोधातील प्रकरण होते. हे इन्सपेक्टर पोलीस विभागातूनच प्रतिनियुक्तीवर विद्युत विभागात गेले होते. विद्युत विभागाच्या दक्षता विभागाचे मुख्य काम वीज चोरी थांबविण्याचे असते. कुठे कोणी विजेचा अनधिकृत स्वरूपात वापर तर करीत नाही ना, हे त्यांना बघायचे असते. याच दक्षता निरीक्षकाच्या विरोधात अनेक तक्रारी होत्या. तो विद्युत विभागाचा फायदा करण्याऐवजी स्वतःच बेकायदेशीररित्या लाखो रूपयांची वसुली करून आपले घर भरीत होता. तो लोकांच्या घरी जाऊन ते विजेचा अनधिकृत वापर करीत असल्याबद्दल त्यांच्या विरूद्ध तक्रार दाखल करण्याची धमकी देत असे. याच आधारे तो बेकायदा वसुली करीत असे. या निरीक्षकाचे सर्वाधिक बळी प्रतिष्ठित हॉटेल व्यावसायिक, उद्योजक, नर्सिंग होम संचालक, डॉक्टर इत्यादी प्रकारचे लोक असत. जे कोणत्याही प्रकारच्या खटल्याला घाबरत असत. आपली इज्जत आणि सन्मान वाचविण्यासाठी ते दक्षता निरीक्षकाला हजारो रूपये लाच देऊन प्रकरण मिटवित असत.

काही लोक खरोखरच वीज चोरी करीत असत आणि सरकारचे खूप मोठे

नुकसान करीत असत. हे लोक भ्रष्ट अधिकाऱ्यांना भेटून त्यांना काही देणे घेणे करीत असत आणि प्रकरण दाबून टाकीत असत. अशा परिस्थितीत लाच देणारे आणि लाच घेणारे दोघेही खुश असत.

अशा प्रकारच्या प्रतारणेमुळे त्रस्त झालेल्या एका डॉक्टर जोडप्याने एस. पी. सिटी अलाहाबाद यांच्याकडे तक्रार केली. या जोडप्याची सर्व तक्रार ऐकून घेतल्यानंतर ट्रॅप करण्यासाठी हे प्रकरण माझ्याकडे सोपविण्यात आले. ती शहरातील एक प्रतिष्ठित महिला डॉक्टर होती, जी आपल्या पतीसोबत माझ्याकडे आली होती. तिने सांगितले, की सुमारे एक आठवड्यापूर्वी विद्युत विभागाचे हे दक्षता पथक संध्याकाळी चार वाजता तिच्या क्लिनिकवर आले होते आणि त्यांनी छापा टाकला होता. त्या पथकाचा प्रमुख एक इन्सपेक्टर होता. त्याच्यासोबत आणखी काही पोलीस कर्मचारी आणि विद्युत विभागाचे काही कर्मचारीही होते. या लोकांनी आमच्या क्लिनिकवर असलेल्या तीन मीटरची तपासणी केली आणि त्यापैकी एक मिटर बंद असून त्यामधून थेट विद्युत प्रवाहे घेतला असल्याचे जाहीर केले. त्यानंतर त्या दक्षता इन्सपेक्टरने आम्हाला खूप घाबरविले आणि धमक्याही दिल्या. मागील काही वर्षांचे बील तुम्हाला भरावे लागेल, तसेच दंडही भरावा लागेल, असे तो म्हणत होता. शिवाय वीज चोरीच्या आरोपाखाली तुरूंगातही जावे लागेल. बोलता-बोलता त्याच्या एका माणसाने असा इशारा केली, की काही देवघेव करून हे प्रकरण मिटविता येऊ शकते."

महिला डॉक्टरने पुढे असेही सांगितले, "आम्ही कोणत्याही प्रकारची वीज चोरी केली नव्हती, त्यामुळे आम्ही त्या दक्षता पथकाला सांगितले, की आम्ही काही चोरी केली नाही. काही चूक केली नाही. त्यामुळे आम्ही काही चुकीच्या मार्गाचा अवलंब करणार नाही.आम्ही का भ्यावे? आम्ही तुम्हाला एक पैसाही देणार नाही."

डॉक्टर पुढे सांगू लागल्या, " तेव्हा त्या दक्षता पथकाने आमच्या मीटरची वीज कापली. त्याला सील केले आणि काही तार काढून आपल्यासोबत घेऊन गेले. आमच्या समोर त्यांनी एक रिपोर्ट तयार केला आणि आम्हाला पुन्हा धमकी दिली, की आम्ही आता पोलीसात एफ आय आर दाखल करायला जात आहोत. तुम्ही आता थेट तुरूंगात जाल." जाता जाता त्या निरीक्षकाने पुन्हा असा इशारा केला, की काही देवघेव करून हे प्रकरण मिटविता येईल.

त्या महिला डॉक्टरांचे पती सांगू लागले, "साहेब, तो आमच्याशी आम्ही गुन्हेगार असल्यासारखा वागत होता. जणू काही आम्ही चोर लफंगे आहोत, अशा प्रकारे तो आमच्याशी वागत होता. ते लोक अतिशय असभ्य भाषेत आमच्याशी बोलत होते.

आता तुम्हीच सांगा आम्ही काय तुम्हाला गुन्हेगार वाटतो? असे असेल तर आम्हा दोघांनाही लगेच तुरूंगात पाठवा नाही तर या सरकारी नोकरी करणाऱ्या गुन्हेगाराविरूद्ध अशी कठोर कारवाई करा, की भविष्यात पुन्हा हे लोक अशा प्रकारे वागण्याची हिमत दाखवू शकणार नाहीत."

आता त्यांचे सर्व म्हणणे मला कळले होते. मी एलआययू द्वारे या इन्स्पेक्टरच्या साधारण वागण्याबाबत माहिती मिळविली. तेव्हा असे आढळून आले, की असे काही फक्त या एकाच डॉक्टर जोडप्याच्या बाबतीत घडले नव्हते, तर या इन्सपेक्टरने शहरातील शेकडो लोकांना अशा प्रकारे भ्रष्टाचाराचे बळी बनविले होते. मी डॉक्टर जोडप्याच्या मदतीने या भ्रष्ट इन्सपेक्टरला रंगे हात पकडण्याची एक योजना तयार केली. योजनेनुसार त्या महिला डॉक्टरला विद्युत विभागाच्या सतर्कता विभागात देण्या घेण्याची बोलणी करण्यासाठी पाठविण्यात आले. त्यावेळी त्यांनी लाचेची रक्कम आणि ती देण्याची वेळ आणि स्थळ हे सर्व नक्की करण्यात आले. परत येऊन त्यांनी मला ही सर्व माहिती दिली. ठरलेल्या वेळी त्या इन्सपेक्टरला पैसे देण्यासाठी ठरलेल्या ठिकाणी हे डॉक्टर जोडपे पोहचले. माझ्या नेतृत्त्वाखाली आमची टीम साध्या कपड्यात तिथे दबा धरून बसली होती. शेवटी सर्व काही आम्ही ठरविलेल्या योजनेनुसार पार पडले. डॉ. जोडप्याकडून लाच घेताना त्या इन्सपेक्टरला रंगे हात पकडण्यात आले. त्यावेळी त्या इन्सपेक्टरकडून पंचावन्न हजार रूपये जप्त करण्यात आले.

दक्षता विभागातील सर्व कर्मचारी या इन्सपेक्टरप्रमाणे भ्रष्ट असत नाहीत. चांगील गोष्ट तर अशी होती, की पोलीसमधून विद्युत विभागात प्रतिनियुक्तीवर गेलेल्या या भ्रष्ट इन्सपेक्टरला गजाआड पाठविण्यातही पोलीस कर्मचारीच आघाडीवर होते.

वीज चोरी रोखणे, हेच ज्या विभागाचे काम होते, ते लोक स्वतःच खूप मोठ्या प्रमाणात चोरी करायला लागले होते. मोठी रक्कम खिशात घालून वीज चोरी करायला परवानगी देत होते. आश्चर्याची बाब म्हणजे या लोकांना कशाची लाज वाटत नव्हती की त्यांच्या मनात पश्चतापाची भावना नव्हती.

* * *

दरवाजावर उभा असतो शिपाई
उन्हाळा, हिवाळा आणि पावसाळा
सर्व काही विसरून...
उभा असतो दिवसभर बदूक ताणून
ठोकतो सलाम येणाऱ्या जाणाऱ्या साहेबांना !

कदाचित जर ! साहेब लोक समजू शकले असते
त्याचे निरस आणि उबग आलेले जगणे
त्र्याची जगण्याची वेदना सुद्धा!

कदाचित ! त्याच्या जागी साहेब लोक असते
फक्त काही क्षण...
आणि पाहिला असता...
आपला अहंकार त्याच्या पातळीवर आणून काही क्षण !

(माझी डायरी - ८मार्च १९९०)

१६

पोलीस : समज आणि गैरसमज

समाजाला सुरक्षा आणि न्याय मिळवून देणारी प्रमुख़ प्रशासकीय यंत्रणा म्हणजे पोलीस यंत्रणा आहे. प्रत्येक युगातील समाजाला पोलीसांची आवश्यकता राहिली आहे. प्रत्येक समाजात अशा प्रकारचे काही लोक असतातच, जे समाजाने तयार केलेले नियम आणि कायदे मोडतात. त्याला धरून वागत नाहीत. समाजातील अशा प्रकारच्या उच्छृंखल लोकांना शिक्षा करण्यासाठीच पोलीस यंत्रणा आवश्यक आहे. त्यामुळे पौराणिक काळापासून चाणक्याच्या काळापर्यंत आणि मुघल सम्राटापासून आधुनिक काळापर्यंत कोणत्या ना कोणत्या स्वरूपात पोलीस यंत्रणा काम करीत आली आहे. कथा कहाण्यामंध्ये तर लोकप्रिय राजे रात्रीच्या वेळी स्वतः घोड्यावर बसून गुप्तचरांच्या वेशात पोलीस यंत्रणेची तपासणी करीत असल्याचे ऐकले आहे.

पोलीसांची यंत्रणा तर कुटुंबासारख्या लहानशा व्यवस्थेतही आवश्यक असते. आई-वडील आपले पहिले पोलीस अधिकारी असतात. कधी कधी ते आपल्यावर कायदे आणि नियम लादीत असल्याचे आपल्याला वाटते. पण नंतर आपल्या असे लक्षात येते, की ते आपल्या हितासाठीच असे वागत होते. जुन्या काळात सर्वत्र संयुक्त कुटुंब पद्धती होती. त्यावेळी कुटुंबप्रमुख मोठ्या पोलीस अधिकाऱ्यांसारखा असायचा. जो सर्व प्रकारच्या कायद्याच्या हिशोबाने कुटुंबाचे पालन पोषण करीत असे. शाळा महाविद्यालयात शिक्षकही एक प्रकारे पोलीसांचेच काम करीत असत. तेच आपल्याला शिस्तीत रहायला शिकवित असतात. तसेच शिस्त मोडणाऱ्याला शिक्षा करण्याचे कामही करतात. अर्थात त्यावेळी ते आपल्याला

चांगले वाटत नाही, पण नतर आपल्या लक्षात येते, की त्यावेळी शिक्षक तसे आपल्याच भल्यासाठी वागत असत.

आजच्या काळात तर समाजातील प्रत्येकाला अनिवार्य स्वरूपात पोलीसांची गरज पडत असते. शहरी जीवनात तर घरातून बाहेर पडल्यावर आणि रस्त्यावर आले की ट्रॅफिक पोलीसाचा सामना होतो. कोणतीही अघटित घटना घडल्यावर लगेच पोलीसांची आठवण येते. एखादा नवीन, अघटती प्रसंग घडला, की पोलीसांची आठवण आल्याशिवाय राहत नाही. पंरपरागत भारतीय समाजात जे काम समाजातील थोर मोठे आणि शिकले सवरलेले लोक करीत असत, ते काम पूर्ण करण्याची जबाबदारी आता पोलीसांवर येऊन पडली आहे.. हे उघडच आहे, की आता काही जुन्या गोष्टी कालबाह्य झाल्या असून त्याची जागा नवीन गोष्टींनी घेतली आहे. अशावेळी सामान्य माणसाच्या पोलीसांकडून असलेल्या अपेक्षा आणि दृष्टिकोनात फरक येणे स्वाभाविकच आहे.

दुसऱ्या एका महत्त्वाच्या विभागात पोलीसांची भूमिका दिवसेंदिवस महत्त्वाची होत चालली आहे. लोकशाही व्यवस्थेत लोक आपल्या समस्या मांडण्यासाठी जवळपास रोजच. धरणे, निदर्शने, आंदोलने करत असतात. समस्या कोणतीही असो, पाण्याची, विजेची किंवा स्वच्छतेची किंवा रस्ता तयार करण्याची असो. लोकांचा सर्व राग पोलीसांवरच असतो. वास्तविक पाहता या सर्व समस्यांचा आणि पोलीसांचा थेट काहीही संबंध असत नाही. तरीही शांतात कायम राखण्यासाठी आणि रस्ता रोको वगैरे दूर करण्यासाठी सरकारचे प्रतिनिधी म्हणून पोलीसच लोकांच्या समोर असतात. त्यामुळे सर्व प्रकारच्या व्यवस्थेसाठी पोलीसच दोषी असल्याचे लोकांना वाटत असते.

पोलीसांबाबत अनेक प्रकारचे किस्से आणि कहाण्या प्रचलित आहेत. त्यापैकी काही खऱ्या असतात, तर काही एकदम अफवा. आजकाल पोलीसांच्या कार्यपद्धतीवर अनेक चित्रपट तयार झाले आहेत. सामान्या माणसाच्या मनात पोलीसांची प्रतिमा निर्माण करण्यात या चित्रपटांची भूमिका खूप महत्त्वाची आहे. पोलीस नेहमी उशिरा पोहचत असल्याची प्रतिमा चित्रपटांनीच समाजात रुढ केली आहे. पोलीस कर्माचऱ्याला एक तर विनोदाचे साधन बनविले जाते किंवा त्याला भ्रष्टाचारी अथवा असामाजिक तत्त्वांशी संबधित असल्याचे दाखविले जाते. नाही तर मग अतिशय क्रूर एनकाउंटर स्पेशालिस्ट दाखविले जाते. यातील बहुतेक गोष्टी खऱ्या नसतात. चित्रपटात तर

दिग्दर्शक पोलीसांना घटनास्थळी मुद्दाम उशिरा आणीत असतो कारण तिथे मुख्य भूमिका नायकाला पार पाडायची असते. त्यामुळे नायकाची भूमिका पार पाडल्यानंतरच पोलीसांना त्या ठिकाणी पोहचवले जात असते. जर पोलीस घटनास्थळी आधी पोहचले, तर मग बिचाऱ्या नायकाला करण्यासारखे काहीच उरणार नाही.

तसेही पोलीस काही प्रत्येक ठिकाणी हजर राहू शकत नाहीत. घटनेची माहिती मिळाल्यावरच पोलीस घटनास्थळाकडे कूच करीत असतात. सूचना मिळाल्यावर पोलीस किती लवकर त्या ठिकाणी पोहचतात, यावर पोलीसांची कार्यक्षमता अवंलबून असते. तरीही माझे असे म्हणणे आहे, की आधुनिक उपकरणे आणि वाहनांची वाढती उपलब्धता यामुळे पोलीसांच्या रिॲक्शन टाइममध्ये आणि रिस्पॉन्स टाइममध्ये वाढ झाली आहे. दुर्दैवाची गोष्ट अशी की अनेक ठिकाणी पोलीस वेळेवर पोहचून चांगल्या प्रकारे आपली कामगिरी पार पडतात, पण माध्यमात त्याची चर्चा होत नाही. याउलट एखाद्या संवेदनशील ठिकाणी पोहचण्यास पोलीसांना थोडा जरी उशीर झाला, तर माध्यमे ही गोष्ट लगेच मीठ-मिरची लाऊन सादर करतात. कारण त्यांना त्यांचा टीआरपी वाढवायचा असतो. यामुळेही पोलिसांची प्रतिमा खराब होते.

अनेक वेळा लोक असेही म्हणताना आढळून येतात, की 'पोलीस गुन्हेगारांशी हात मिळवणी करतात. इतकेच नाही तर पोलीसच त्यांना गुन्हे करायला लावतात.' या बोलण्यात थोडासा सत्यांश असण्याची शक्यता असू शकते.पण साधारणपणे कोणताही पोलीस अधिकारी जाणून बुजून गुन्हा करायला लावीत नाही. गुन्हा घडल्यावर त्याला जनतेचा, माध्यमांचा आणि आपल्या वरिष्ठांचा प्रकोप सहन करावा लागत असतो. त्यामुळे अशा प्रकारची विचारसरणी चुकीची आहे. पण काही प्रमाणात हे खरे असल्याचे यामुळे म्हणावे लागते, की काही लहान मोठ्या प्रकरणात धनशक्ती किंवा बाहुबल यामुळे कधी कधी पोलीस गुन्हेगाराशी थोडे जपून वागतात. किवा काही वेळेला त्यांच्या बाजूने उभे असलेले पोलीस दिसतात. त्यामुळे शेवटी गुन्ह्यातच वाढ होत असते. अर्थात ही गोष्ट मात्र शंभर टक्के खरी आहे, की पोलीस कधीच गुन्हे घडवीत नाहीत.

काही लोक म्हणतात, 'पोलीसांना सर्व गुन्हेगार माहीत असतात. त्यांनी ठरविले तर ते काही मिनिटात चोर आणि दरोडेखोर पकडू शकतात.' असा विचार करणेही योग्य नाही. आपल्या अधिकार क्षेत्रात घडलेला प्रत्येक गुन्हा लवकरात लवकर

निकाली निघावा यासाठी प्रत्येक पोलीस अधिकारी प्रयत्न करीत असतो. तो किती लवकर हे करू शकतो, हे त्याच्या कार्यक्षमतेवर अवलंबून असते. काही वेळा, नशीब, योगायोग आणि नियतीचाही सहभाग असतो. काही वेळा अवघडातील अवघड प्रकरणे चुटकीसरशी सुटतात तर काही वेळा सहज सोपी वाटणारी प्रकरणेही खूप प्रयत्न करूनसुद्धा सुटत नाहीत. त्यामुळे पोलीसांबद्दल अशा प्रकारचा समज असणेही निराधार आहे.

पोलीस खूप भ्रष्ट आहेत, असाही एक समज सामान्य लोकात पसरलेला आहे. हे काही पूर्ण सत्य नाही. पोलीस हे सुद्धा समाजाचाच एक भाग आहेत. ते सुद्धा समाजाचा आरसा आहेत. पोलीस कर्मचारीसुद्धा याच समाजातून येतात आणि समाजातच आपली ड्युटी करीत असतात. त्यामुळे समाजात घडणाऱ्या सर्व प्रकारच्या घटनांपासून ते अस्पृष्य राहू शकत नाहीत. भारतीय समाज विकसनशीलतेच्या अवस्थेतून जात आहे. अशा काळात समाजात भ्रष्टाचार खूप मोठ्या प्रमाणात बोकाळला आहे. इतर विकसनशील देशांप्रमाणे आपल्या देशातही भ्रष्टाचार खूप मोठ्या प्रमाणात आहे. त्यामुळे पोलीस सर्वाधिक भ्रष्ट आहेत, असे म्हणणे बरोबर नाही. असे अनेक विभाग आहेत, जिथे खूप मोठ्या प्रमाणात भ्रष्टाचार होत असतो. तिथे सरकारी धनाची वाटणी होते. तिथे बसलेले मोठे लोक मोठ्या प्रमाणात भ्रष्टाचार करीत असतात. तिथे लाखो करोडो रूपयांचे खेळ खेळले जातात. त्यामध्ये लाच देणारे आणि घेणारे अशा दोघांचाही फायदा होत असतो. नुकसान फक्त सरकारचे होत असते. सामान्य माणसाला याची काहीच माहिती नसते. पोलीसांप्रमाणे हे लोक थेट समाजाला उत्तरदायी नसतात, त्यामुळे त्यांचा भ्रष्टाचार सामान्य लोकांपर्यंत पोहचत नाही.

खरं तर पोलीसांत असलेला भ्रष्टाचार खूप लहान प्रकारचा आहे. खूप मोठ्या रकमेचा असत नाही. दुर्दैवाची बाब अशी की हा भ्रष्टाचार सामान्य पीडीत माणसाची पिळवणूक करून केला जातो. चोरी. डाका, लूट अशा प्रकरणी कारकुनाच्या वतीने तक्रार दाखल करण्यासाठी मागण्यात येणारी रक्कम किंवा मग लहान-सहान दळण वळण विषयक भ्रष्टाचार, ज्यामध्ये चालान न भरण्यासाठी ५०-१०० रुपयांची देव घेव केली जाते. दोन्ही प्रकरणी गरीब माणूस आपल्या तोंडचा घास काढून पैसे देत असतो. त्यामुळे त्याला ते खुपत असते. मोकळ्या रस्त्यावर घेतली जाणारी रक्कम

पीडित किंवा सामान्य व्यक्तींकडून घेतली जाते. आणि ती सर्वांना दिसत असते. त्यामुळे तो चर्चेचा विषय होतो. तसेच समाजात त्याचीच सर्वाधिक निंदा केली जाते. पण बंद खोलीत होणारा लाखो रुपयाचा भ्रष्टाचार लोकांना दिसत नाही. त्यामुळे सामान्य लोकात त्याची चर्चा होत नाही. मी कोणत्याही प्रकारे पोलीसांच्या वतीने केल्या जाणाऱ्या भ्रष्टाचाराचे समर्थन करीत नाही. पोलीसांना आपली प्रतिमा सुधारायची असेल, तर हा छोट्या पातळीवर होणारा भ्रष्टाचारही थांबायला हवा. त्यावर अंकूश लावायलाच हवा. आधीच पीडित असलेल्या व्यक्तीबाबत तर अधिक संवेदनशील होण्याची गरज आहे. त्यामुळे लोकांमध्ये पोलीसांबद्दल विश्वासाची भावना निर्माण होईल.

पोलीसांमध्ये बोकाळलेल्या भ्रष्टाचाराबाबत असेही म्हटले जाते, की पैसे वरच्या अधिकाऱ्यांपर्यंत जात असतात. हे काही खरे नाही. एखादा पोलीस कर्मचारी भर रस्त्यावर भ्रष्टाचार करीत असतो, तेव्हा आपले म्हणणे खरे करण्यासाठी तो अशा प्रकारचा खोटा प्रचार करीत असतो. अधिकारी स्तरावर खूप कमी अधिकारी असे असतात, जे अशा प्रकारच्या भ्रष्टाचारात गुंतलेले असतात. आपल्या खालच्या अधिकाऱ्यांना आणि कर्मचाऱ्यांना आपल्यासाठी वसुली करायला सांगणारे अधिकारी खूप कमी असतात. साधरणपणे सर्वच पोलीस अधिकारी अशा प्रकारचा भ्रष्टाचार रोखण्यासाठी प्रयत्न करीत असतात. अर्थात या विभागातही काही प्रमाणात असे अधिकारी आहेत, जे वरीष्ठ पदावर बसून अशा प्रकारच्या भ्रष्टाचाराला साथ देत असतात.

आजकाल पोलीसांवर असलेल्या राजकीय दबावाचीही खूप चर्चा होते. आपण लोकशाही व्यवस्थेत काम करीत असतो. अशा वेळी आम्हाला लोकप्रतिनिधींचे म्हणणे ऐकावेच लागते. काही वेळा पोलीस कर्मचारी खरोखरच अतिरेक करतात आणि उच्च अधिकारीही अशा समस्येचे निराकरण करू शकत नाहीत. जनतेचा आवाज असलेल्या लोकप्रतिनिधींच्या सांगण्यावरूनही योग्य कारवाई केली जात असल्याचे आढळून येते. इथपर्यंत तर लोकशाही व्यवस्थेचा चेहरा योग्य आहे, पण आज काल मात्र याच्या विरूद्ध विकृत स्वरूप पहायला मिळते. काही लोक आपल्या वैयक्तिक स्वार्थाच्या पूर्ततेसाठी पोलीसांवर अयोग्य काम करण्यासाठी दबाव आणीत असतात. अर्थात यात चूक पोलीसवाल्यांचीच असते. कारण दबाव टाकणाराही त्याच मर्यादेपर्यंत

दबाव टाकीत असतो, जोपर्यंत पोलीस अधिकारी घेत असतो. याचा सर्वाधिक विकृत प्रकार तर तेव्हा समोर येतो, जेव्हा पोलीस अधिकारी आणि लोक प्रतिनिधी आपापल्या वैयक्तिक स्वार्थासाठी साटे लोटे करतात. अशा वेळी खरोखरच गरीब आणि असहाय्य लोकांनाच त्रास सहन करावा लागतो. तसेच गुंड आणि अराजक माजविणाऱ्या तत्त्वांचे फावते. लोकशाहीमध्ये लोकप्रतिनिधी आणि पोलीस या दोघांच्याही काही जबाबदाऱ्या आहेत. दोघेही योग्य प्रकारे काम करायला लागले, तर त्यामुळे जनतेचे भले होते. पण दोघेही जर हातात हात घालून चुकीची किवा गैर कामे करायला लागले, तर मात्र लोक त्राही त्राही होतात.

दिल्लीत तर पोलिसांना 'ठुल्ला' म्हणून हाक मारतात. हा शब्द निठुला (निरूपयोगी) या शब्दापासून तयार झाला असण्याची शक्यता आहे. लोकांना चौकात पोलीस कर्मचारी बसलेले दिसतात. ते काही काम करीत नाहीत, असे लोकांना वाटते. पण अशा प्रकारे विचार करणे योग्य नाही. अखील भारतीय आकडेवारीनुसार एक पोलीस कर्मचारी साधारणपणे १३ तास ड्युटी करीत असतो. १२ तासांची ड्युटी तर त्याची कागदावरच असते. त्याशिवाय आपत्कालीन स्वरूपाच्या अनेक ड्युट्या त्याला कराव्या लागतात. पोलीस कर्मचारी दुसरे काहीही असू शकतात, पण ते बिनकामाचे कधीच असत नाहीत.

पोलीसांच्या समस्याही अनेक आहेत. सर्वात पहिली गोष्ट म्हणजे आपल्या घरापासून दूर आणि सर्वात जास्त काळ ड्युटी. तीही अतिशय अवघड परिस्थितीत. तिथे त्यांना काही खायला मिळत नाही, की झोपण्याची काही सोय असत नाही. शिवाय त्यांची काम करण्याची आणि राहण्याची परिस्थितीही अत्यंत विषम आहे. पोलीस कर्मचाऱ्यांच्या कामाचे स्वरूपच असे असते, की ते सर्व काळ तणावाखाली राहतात. दिवसभर त्यांना कोणाशी ना कोणाशी संघर्ष करावा लागतो. त्यामुळे त्यांचा स्वभाव अतिशय चिडचिडा होतो. मग ते वाहन तपासणी असो, बाहेरील व्यक्तीचे सत्यापन करणे असो की वॉरंट बजावणे असो. या सर्व कामात पोलीसांनाच टिकेला सामोरे जावे लागते. शिस्तीत वागणे बहुतेक लोकांना आवडत नाही. लायसन शिवाय वाहन चालविणारे स्वतः तर कायदा मोडीत असतातच, पण चालानच्या कार्यवाहीसाठी मात्र सर्वजण पोलीसानाच दोषी ठरवित असतात. पोलीसांच्या कामाचे स्वरूपच असे असते, की त्यामुळे त्यांच्यावर टीका होणे अगदीच स्वाभाविक आहे.

वाढत्या लोकसंख्येच्या तुलनेत पोलीसांची संख्या वाढली नाही. संपूर्ण देशात दिवसेंदिवस शहरीकरण आणि औद्योगिकरण वाढत आहे. त्यामुळे गुन्ह्यांचे प्रमाणही सारखे वाढत आहे. विकसित देशात जिथे प्रति हजारी सात ते आठ पोलीस कर्मचारी असतात. आपल्या देशात हेच प्रमाण १:३ आहे. त्यामुळेच आपल्या देशातील पोलीस कामाच्या जास्त तणावाखाली राहणे स्वाभाविक आहे.

कडाक्याच्या थंडीत पोलीस कर्मचारी रात्रभर शिटी वाजवित गल्ली बोळातून फिरत असतो तसाच जून महिन्याच्या कडक उन्हातही तो चौकात उभे राहून वाहतूक नियंत्रण करीत असतो. बाकी सर्व लोक आपापल्या घरी सण उत्सव साजरा करीत असतात, तेव्हा पोलीस कर्मचारी आपले घर दार सोडून चौकात ड्युटी करीत असतात. लोकांचा सण आनंदात आणि शांततेत साजरा व्हावा यासाठी त्यांना आपला सण विसरून जावे लागते. हा केवढा विरोधाभास आहे, की अशा प्रकारे कठीण परिस्थितीत आपल्यावरील जबाबदारी पार पाडणारा पोलीस एखाद्या क्षुल्लक चुकीसाठी समाजाच्या संतापाला बळी पडत असतो. त्याच्या त्यागाला अनुसरून जर त्याला सामाजिक प्रतिष्ठा मिळाली असती, तर..!

एक उल्लेखनीय बाब अशीही आहे, की पोलीस कर्मचाऱ्यांची एखादी संघटना असत नाही. त्यांना संप करण्याचा अधिकार नाही. साधारणपणे दरवर्षी चार ते पाच टक्के पोलीस कर्मचारी निलंबित होत असतात आणि त्यांना शिक्षा भोगावी लागत असते. याउलट दुसऱ्या विभागात मात्र हजारात एका कर्मचाऱ्यावरही दंड भरण्याची वेळ येत नाही. दुसऱ्या विभागात मोठ मोठ्या बेशिस्तपणा आणि भ्रष्टाचाराशी संबंधित प्रकरणात क़र्मचारी संघटना पुढे यऊन संप आणि घोषणाबाजी करतात. याच कारणामुळे शिक्षक शाळेत येत नाहीत. दवाखान्यात डॉक्टर येत नाहीत. कार्यालयातील सर्व कर्मचारी एकत्र बसून गप्पा मारीत असतात. तरीही सामान्य माणूस त्यांना भ्रष्ट आणि गैरसामाजिक म्हणत नाही.

पोलीसांसमोरची सर्वात मोठी समस्या म्हणजे त्यांच्यावर असलेल्या आवश्यकतेपेक्षा जास्त जबाबदाऱ्या ही आहे. त्यांना एकापेक्षा अनेक पातळयांवर जबाबदार धरले जाते. कधी कधी तर असे वाटते, की आजच्या काळात प्रत्येकच जण पोलीसांचा बॉस झाला असून मग तो वरिष्ठ आय ए एस अधिकारी असो, की आय पी एस अधिकारी असो. मग तो राजकीय नेता असो, की सन्माननीय न्याययंत्रणा असो. या

सर्वांसाठी फक्त पोलीसच उत्तरदायी असतो. आजच्या काळात तर ते सर्वाधिक जबाबदार माध्यमे आणि सामान्य लोक यांना आहेत. कधी कधी तर हे इतके अति होते, की एखादा साधारण पोलीस कर्मचारी या ओझ्याखाली आपले नियंत्रण गमावून बसतो आणि मग तो खरोखरच चुका करून बसतो.

आज पोलीस सेवेत वीस वर्षे घालविल्यानंतर माझे असे म्हणणे आहे, की ज्या आदर्शांसह मी पोलीस सेवा जॉईन केली होती त्यापैकी बहुतेक आदर्श साध्य करणे आज अवघड असले तरीही अशक्य नाही. त्याच बरोबर मला असेही वाटते, की आज समाजासाठी एका संवेदनशील, प्रभावी आणि सामान्य लोकांच्या बाबतीत जबाबदार असलेल्या पोलीसांची आवश्यकता आहे. हे पुस्तक वाचून सामान्य माणसाला पोलीस यंत्रणेच्या आत व पोलिसांच्या व्यथेत डोकावण्याची संधी मिळेल आणि त्यामुळे त्याचा आत्मविश्वास नक्की वाढेल. त्यानंतर मग तो आपल्या अपेक्षेनुसार आणि आकांक्षानुसार पोलीस यंत्रणा लागू करण्यात यशस्वी झाला तर माझे प्रयत्नही यशस्वी झाल्याचे समाधान मला मिळेल.

* * *

आभार

या पुस्तकाला हे स्वरूप मिळवून देण्यासाठी अनेकांनी परिश्रम घेतले आहेत. सर्वात आधी मी विविध नियुक्तीच्या ठिकाणी असताना माझ्या सोबत काम करणाऱ्या सर्व पोलीस कर्मचाऱ्यांचे आभार मानतो. त्यांच्या सहकार्यामुळेच मी पोलिस सेवा करू शकलो. ते सर्व या कथांचा एक भाग आहेत. या पुस्तकात त्या सर्वांची नावे येणे शक्य नाही. पण सत्य हेच आहे, की या सर्व पोलीस कर्मचाऱ्यांच्या सहकार्यामुळेच पोलीसात राहून सामान्य लोकांना मी मदत करू शकलो. विविध कथा आणि घटनांमध्ये वर्णन येणाऱ्या व्यक्तींचा आणि पात्रांचाही मी आभारी आहे कारण त्यांनीच माझ्या मनात संवेदना निर्माण केली. त्यांनीच मला माझी दैनंदिनी आणि हे पुस्तक लिहिण्यासाठी प्रेरीत केले आहे.

गेल्या वीस वर्षांच्या पोलीस सेवेत मी माझ्या वरिष्ठ अधिकाऱ्यांकडून क्षणो-क्षणी आणि पावलो-पावली बरेच काही शिकलो आहे. मी त्या सर्वांचा मनापासून आभारी आहे. कारण आज मी जे काही मिळविले आहे, ते या सर्वांच्या सहकार्याशिवाय मिळविणे शक्य नव्हते. विशेषतः माझ्या प्रशिक्षण काळातील एस एस पी श्री व्ही. एन रॉय आणि श्री आर. के. भाटिया यांचा खूप आभारी आहे. त्यांनी सुरूवातीपासूनच मला माणुसकी आणि वास्तविकतेच्या मुळाशी जाण्याची शिकवण दिली. मी माझ्या सर्व समकक्ष अधिकाऱ्यांचाही आभारी आहे. त्यांनी मला नेहमीच चांगले कार्य करण्यासाठी प्रेरित केले.मला त्यांची सकारात्मक टीका आणि निरोगी स्पर्धेचाही लाभ झाला. त्यामुळे माझी पावले भटकण्यापूर्वीच योग्य मार्गावर आली.

मी श्री व्ही. सी. गोयल, भा.पो. से. (उ.प्र. १९७५) यांचा मनापासून आभारी आहे. त्यांचे पुस्तक 'द पॉवर ऑफ इथिकल पोलिसिंग ' याने मला एक सकारात्मक पुस्तक लिहिण्यासाठी प्रेरीत केले.

मी श्री प्रकाश सिंगजी, जे माझ्या नियुक्तीच्या वेळी उत्तर प्रदेशचे पोलीस महासंचालक होते, यांचाही मी प्रामुख्याने आभारी आहे. मी त्यांना या पुस्तकाचे हस्तलिखीत दिल्यावर हे पुस्तक वास्तवात खूप चांगले असल्याचा अभिप्राय त्यांनी मला दिला होता. उच्च पदावर असलेल्या अधिकाऱ्याकडून अशा प्रकारचे प्रेरक शब्द ऐकल्यांतर माझे मनोबल खूप वाढले.

श्री सुनील कृष्णा, महासंचालक (तपास), मानव अधिकार आयोग यांच्या शब्दांनीही मला खूप प्रेरीत केले आहे. त्यांनी या पुस्तकाची मनापासून स्तुती केली आणि म्हणाले की हे पुस्तक पोलिसांनी माणुसकीच्या नात्याने काम करावे यासाठी तसेच पोलीसांनी मानवाधिकाराचे रक्षण करावे यासाठी पोलीस कर्मचाऱ्यांना खूपच उपयुक्त ठरेल.

हे पुस्तक लिहिण्यासाठीही मला अनेकांनी खूप सहकार्य केले आहे. माझे अनेक मित्र, जसे हरि, राजेश अग्रवाल, राजेश निझावन, अरविंद, गौरव, अमित, नलिनी आणि मनोज यांनी माझ्या या पुस्तकाचे हस्तलिखित वाचून त्याचे टीकात्मक मूल्यमापन केले. त्यांच्या सूचनांचा मी स्वीकार केला. तसेच त्यांच्या टिपणीमुळे हे पुस्तक रोमांचक होईल, याची मला खात्री पटली.

माझे मित्र सुप्रसिद्ध छायाचित्रकार श्री कमल शर्मा यांचा मी मुख्य स्वरूपात आभारी आहे. त्यांच्या छायाचित्रानेच या पुस्तकाचे मुखपृष्ठ साकारले आहे. मी चंचलजींचाही खूप आभारी आहे. त्यांनी या पुस्तकाच्या दुसऱ्या आवृत्तीसाठी अतिशय भावनाप्रधान रेखाचित्रे उपलब्ध करून दिली. एकेक रेखाचित्र पाहूनच कथेची पूर्ण कल्पना येते.

हिंदीमधील प्रसिद्ध लेखक श्री बटरोहीजी यांचाही मी खूप खूप आभारी आहे. त्यांनी सुरूवातीपासून माझा आत्मविश्वास वाढविला आणि अनेक मौल्यवान सूचना केल्या. याशिवाय हिंदी साहित्य विश्वातील अनेकांनी मला मोलाचे मार्गदर्शन केले. विनोद शुक्ला, बल्ली सिंग चीमा जी, जहूर जी, गंभीर सिंग पालानी, इ. मी या सर्वांचा मनापासून आभारी आहे. गढवाल विद्यापीठातील डॉ. सती आणि डॉ. बिष्ट यांनीही या पुस्तकाची सकारात्मक टिका करताना अत्यंत उपयुक्त सुचना केल्या. त्यामुळे नक्कीच या पुस्तकाची गुणवत्ता वाढली आहे. 'शिल्पायन' प्रकाशन दिल्लीचे श्री

ललित शर्मा यांचा मी आभारी आहे. त्यांनी प्रकाशनासाठी सुरूवातीपासून सहकार्य केले. पुस्तक वितरण वाढविण्यासाठी सहकार्य करणारे मुख्तयार, अविनाश आणि शेरिडोन पुस्तक कंपनीचे श्री आर. के. जैन यांचाही मी आभारी आहे.

श्री सिद्धार्थ शंकर त्रिपाठी यांचेही मी मनापासून आभार मानतो. त्यांनी हिंदी ब्लॉग विश्वात हे पुस्तक पोहचविण्यासाठी मोलाची मदत केली.

शेवटी मी महेश चंद्र चन्दोला, अतुल लहरिया आणि नरेश कुमार यांचाही आभारी आहे. त्यांनी कार्यालयीन कामकाजाशिवाय जास्तीचा वेळ दिला. रात्रभर मेहनत करून या पुस्तकाला लेखणीबद्ध करण्यासाठी तसेच त्यात सुधारणा करण्यासाठी मला अनमोल सहकार्य केले.

हे पुस्तक मराठीमध्ये आणण्यासाठी महाराष्ट्रातील वसमत जि. हिंगोलीचे श्री. रविंद्र कोल्हे, दिल्लीत माझ्या कार्यालयातील अतूल लहरिया यांनी घेतलेली मेहनत उपयोगी ठरली.

●●●